ഗ്രീൻ ബുക്സ്

നിളയിൽ നിലാവ് പെയ്യുമ്പോൾ

അലോഷി

പാലക്കാട് ജില്ലയിലെ പട്ടാമ്പിക്കടുത്ത്
പള്ളിപ്പുറമാണ് സ്വദേശം.
മെക്കാനിക്കൽ എൻജിനീയറിങ് ബിരുദധാരിയാണ്.
ക്ലിനിക്കൽ സൈക്കോളജിയിൽ പോസ്റ്റ് ഗ്രാജുവേഷൻ
ചെയ്യുന്നതോടൊപ്പം കൊച്ചിയിൽ ജോലി ചെയ്യുന്നു.

Email : itsmealoshy123@gmail.com

ഓർമ്മ

നിളയിൽ നിലാവ് പെയ്യുമ്പോൾ

അലോഷി

ഗ്രീൻ ബുക്സ്

green books private limited
gb building, civil lane road, ayyanthole,
thrissur- 680 003, kerala, ph: +91 487-2381066, 2381039
website: www.greenbooksindia.com
e-mail: info@greenbooksindia.com

branches:
thrissur 8589095302
thiruvananthapuram 8589095301
kozhikode 8589095307

malayalam
nilayil nilavu peyyumpol
memoirs
by
aloshy

first published september 2024

cover design : murukesh m m

printed in india

isbn : 978-93-48125-61-3

₹ 130.00
GMGPL/230/2024

ഇത് വെറുമൊരു കഥയല്ല.
ചുരുക്കം ചില അനുഭവങ്ങളുടെ സംഗ്രഹവുമല്ല.
അപ്പോൾ പിന്നെ ഇതെന്താണന്ന് ചോദിച്ചാൽ,
ഒരുപാട് തോന്ന്യാക്ഷരങ്ങൾ അലക്ഷ്യമായി
വലിച്ചെറിഞ്ഞതാണെന്ന് ഞാൻ പറയും.
ഒരുപക്ഷേ, ഒന്ന് സൂക്ഷ്മമായി നോക്കിയാൽ
ഇതിൽ ഞാനും നിങ്ങളും നമ്മളെല്ലാവരുമുണ്ടാകും.

സമർപ്പണം

ജീവിതത്തിൽ തോറ്റുപോയവർക്ക്...!
ജീവിക്കാൻ മറന്നു പോയവർക്ക്...!
പ്രണയവേനലിൽ പാതി വെന്തവർക്ക്...!
ഒരിക്കലെങ്കിലും തനിച്ചായിപ്പോയവർക്ക്...!
സർവോപരി...
'കേവലം' ഒരു മരണംകൊണ്ട്,
ജീവിതമെന്ന 'നാടകം' പഠിപ്പിച്ച
അനുഗൃഹീത കലാകാരിക്ക്, എന്റെ അമ്മയ്ക്ക്...!

ഉള്ളടക്കം

നിളയും ഞാനും

കുട്ടിക്കാലം മുതൽ കണ്ടു വളർന്നതാണ്, ഈ പുഴയുടെ കുറുമ്പും കുസൃതിയും. ഇതേ പുഴയുടെ നെഞ്ചിൽ ചവിട്ടിയാണ് ഞാൻ പിച്ച വെച്ചതും കാലുറപ്പിച്ച് നടക്കാൻ തുടങ്ങിയതും. കണ്ണ് കാണിക്കുന്ന കാഴ്ചകളിൽ പകുതിയും ഈ പുഴയും തീരവുമാണെങ്കിലും എത്ര കണ്ടാലും മതിവരാത്ത എന്തൊക്കെയോ ഇവിടെയുണ്ടെന്ന് പലപ്പോഴും തോന്നിയിട്ടുണ്ട്. ചിലർക്കിത് വെറുമൊരു ഒഴുക്കാണ്, കുത്തിയൊലിച്ചൊഴുകുന്ന വെള്ളമാണ്, അക്കരെയ്ക്കുള്ള യാത്രാമാർഗ്ഗമാണ്. ഉപജീവനമാക്കിയവരും നർമ്മസല്ലാപത്തിനായി വന്നിരിക്കുന്നവരുമേറെയാണ്. പക്ഷേ, എന്നോട് ചോദിച്ചാൽ എനിക്കിതെല്ലാമാണ്. ഒരു പക്ഷേ അതിൽ കൂടുതലും. അതേ, നിള വെറുമൊരു നീർച്ചാലല്ല. അതൊരു അനുഭവമാണ്. എല്ലാവരും ഒരിക്കലെങ്കിലും അറിഞ്ഞിരിക്കേണ്ട അതുല്യമായ അനുഭവം... നിള!

സൂര്യനോടൊപ്പം അതിരാവിലെ എണീറ്റ് പുഴക്കരയിലേക്ക് നടക്കും. പല്ല് തേപ്പ് പാതിവഴിയിലേ തീരും. പിന്നെയൊരു മുങ്ങിക്കുളി. മുങ്ങാംകുഴിയിട്ടും പുഴ മുറിച്ചുകടന്നും ഒഴുക്കിനെതിരെയും ഒഴുക്കിനൊപ്പവും നീന്തി തിമിർക്കുമ്പോൾ സമയവും പ്രായവും ആരും ഓർക്കാറില്ല. പുഴയിലെ അദ്ധ്വാനം കഴിഞ്ഞു കുളിച്ചു കയറുമ്പോൾ, കിഴക്കു നിന്നു സൂര്യൻ എത്തിനോക്കാൻ തുടങ്ങിയതേ ഉണ്ടാകൂ. കുളി കഴിഞ്ഞാലും പിന്നേയും അവിടെത്തന്നെ തട്ടിയും തലോടിയും ഇരുന്നുപോകും. ചിലപ്പോൾ കൂട്ടുകാരോട് കുശലം പറയും, മറ്റു ചിലപ്പോൾ കാലികൾ മേയുന്ന കടവിൽ പോകും. കുമാരേട്ടനും പശുക്കളും തന്നെയാകും മിക്ക ദിവസങ്ങളിലും കൂട്ട്. എങ്കിലും തിരിച്ച് വീടണയും മുന്നേ കടവിൽ ഒരു നാലുവരി ചികയും. പിന്നെയതിനെ മനസ്സിലിട്ട് രാകിമിനുക്കി ഒരുവിധം പാകപ്പെടുത്തിയെടുക്കും. ഒട്ടും വൃത്തിയില്ലാത്ത എന്റെ കൈപ്പടയിൽ, എഴുതി തീരാറായ ഏതെങ്കിലും പഴയ നോട്ടുപുസ്തകത്തിൽ ചിതലരിച്ച് പോകാൻ മാത്രം വിധിക്കപ്പെട്ട വരികൾ. പെറ്റുപെരുകുമെന്ന പ്രത്യാശയിൽ വെളിച്ചം നിഷേധിക്കപ്പെട്ട മയിൽപ്പീലിയുടെ ഗദ്ഗദം കേൾക്കാതെ പോയവരുണ്ടോ? സ്വന്തം മഷിപ്പേന പെറ്റിട്ട വരികളുടെ നിലവിളി കേൾക്കുന്നു.

തിരുവനന്തപുരം റെയിൽവേ സ്റ്റേഷനിൽ നിന്ന് നാട്ടിലേക്കുള്ള വണ്ടി കയറുമ്പോൾ ഒരു മഴയെന്നെ അനുഗമിച്ചിരുന്നു. യാത്രയിലുടനീളം എന്തൊക്കെയോ ഓർമ്മപ്പെടുത്തുന്നുണ്ടായിരുന്നു, ആ മഴ. അടുക്കും ചിട്ടയുമുള്ള ഒരു സംഗീതം പോലെ ആ തീവണ്ടി ആരെയോ തേടി യൊഴുകി. മഴയുടെ താളത്തിനൊത്ത് ഓർമ്മകളുടെ അലകൾ എന്നെ തേടി വന്നു. പ്രതീക്ഷിച്ചതിലും നേരത്തെ എത്തിയെങ്കിലും എന്തു കൊണ്ടാണ് ഈ പുഴക്കരയിലേക്ക് നടക്കാൻ തീരുമാനിച്ചതെന്ന് ഇപ്പോഴും അറിയില്ല. ഒരുപക്ഷേ, അത്രമേൽ കലുഷിതമായ മനസ്സിനെ ഒന്നു തണുപ്പിക്കാൻ തന്നെയായിരുന്നിരിക്കണം.

പുഴക്കരയിലെ പഞ്ചാര മണലിൽ പിറകോട്ട് കൈകുത്തി കാലു നീട്ടിയിരുന്നു. അപ്പോൾ എനിക്ക് ചുറ്റും ആകാശം അകാരണമായി ചുവ ക്കുന്നതായി തോന്നി. സൂര്യൻ സ്വയമേ വെയിൽ കുറച്ചു. കടലപ്പോൾ സൂര്യനെ വിഴുങ്ങുന്നതായി ഭാവിച്ചു. കടലും സൂര്യനും ഒത്തുകളി ക്കുന്നതായി തോന്നി. സൂര്യൻ കടലിന്റെ മടിത്തട്ടിലൊളിച്ച്, ഞങ്ങളെ ഒളിഞ്ഞു കേൾക്കുകയായിരുന്നു. അതെ, കടൽ സൂര്യനെ ഒളിപ്പിച്ചതാണ്. ഇതാദ്യമായല്ല കടലിന്റെ കള്ളക്കളി. ഞാൻ മറ്റാരോടും അടുത്തിട പഴകുന്നത് ഇവർക്കിഷ്ടമല്ല. ഇവരോളം എന്നെ സ്നേഹിച്ചവർ വേറാരു മില്ല. ഒറ്റയ്ക്കായെന്ന് തോന്നുമ്പോൾ എന്റെ വിളി കേൾക്കുന്ന കടൽ. എന്റെ കണ്ണുനീർ പുളിപ്പിച്ച കടൽ വെള്ളം. കടൽവെള്ളത്തിലെ ഉപ്പൂറ്റി എന്റെ കണ്ണുനീർ മറച്ച് സൂര്യൻ, കരയിലുള്ളവരെ ബോധിപ്പിച്ചു. അത് വെറും മഴയാണെന്ന്. കരയിലെന്നെ കാണുമ്പോൾ, തിരിച്ചു പോകാൻ മടിക്കാറുള്ള കടലല. ഇരുകാലികളല്ലെന്നുള്ളതുകൊണ്ട് മാത്രം കൂടെ കൂട്ടിയവർ. വലിയ ഗൗരവം കാണിച്ചുകൊണ്ട് ഇടയ്ക്കിടയ്ക്ക് ഒരു കാറ്റ് എന്നെ തല്ലിയും തലോടിയും മുട്ടിയുരുമ്മിയും കടന്നുപൊയ്ക്കൊണ്ടി രുന്നു. വഴി തെറ്റി വന്ന ഒരു ഞണ്ട് എന്റെ വലതുവശം ചേർന്നിരുന്നു. ഞാനതിനെ ഒന്നു നോക്കി. “ഉം”, ഇനി പറ ഞാനും കേൾക്കട്ടെയെന്ന മട്ടിൽ അതെനിക്ക് മുഖം തിരിച്ചു നിന്നു. ഇരുട്ടുന്തോറും ആ പുഴ കൂടുതൽ ശാന്തമായൊഴുകുന്നതുപോലെ തോന്നി. പുഴയ്ക്ക് ചന്തം കൂടുന്നപോലെ തോന്നി.

പിറകിൽ മടവൂർ പാറ തലയെടുപ്പോടെ നിൽക്കുന്നുണ്ട്. നിശ്ശബ്ദ തയുടെ സംഗീതം പ്രകൃതിയിലെങ്ങും അലയടിക്കാൻ തുടങ്ങി. ഇടയ്ക്കവ മുണ്ഡ്യാറകുന്നിന്റെ മരക്കൂട്ടങ്ങളിലേക്ക് അലച്ചാർത്തുപോയി. പക്ഷേ, ആ പോയവരാരും പിന്നീട് തിരിച്ചുവന്നതേയില്ല. എങ്കിലും, ഒന്നിന് പത്തായി അവ വീണ്ടും ഉയിർത്തെഴുന്നേൽക്കുന്നത് എനിക്ക് കേൾക്കാമായിരുന്നു. ശാന്തതയിലും അശാന്തതയുടെ കുഞ്ഞോളങ്ങളും പേറി ആ പുഴ അതിന്റെ യാത്ര തുടർന്നുകൊണ്ടേയിരുന്നു. ആകാശ ത്ത് ഒരമ്പിളി ഞങ്ങളെ നോക്കിക്കൊണ്ടിരിക്കുന്നുണ്ടായിരുന്നു. പുഴയുടെ കുഞ്ഞോളങ്ങളിൽ തട്ടി, ആ ചന്ദ്രബിംബം വികൃതമായി കാണപ്പെട്ടു.

ഞാനതും നോക്കി കാലങ്ങൾ പിറകോട്ട് നടന്നു. ഓർമ്മകളുടെ ഓള ങ്ങളിൽ പലതും ആ ചന്ദ്രബിംബത്തേക്കാൾ വികൃതമായി. "ഹേയ്, ആശാനെ... ഇതെന്ത് നോട്ടമാണ്. പതിന്നാലു സെക്കൻഡ് തുറിച്ചുനോക്കി യാൽ കേസെടുത്തു ജയിലിലിടാൻ വകുപ്പുള്ള നാടാണിഷ്ടാ... അപ്പോഴാ, അരമണിക്കൂറായി ഒരേ നോട്ടം..."

ഞാൻ ഞെട്ടിയുണർന്നു. ചുറ്റും നോക്കി, ആരുമില്ല. എന്റെ പരിഭ്രമം കണ്ട്, ആ പുഴ കുലുങ്ങി ചിരിക്കാൻ തുടങ്ങി. സത്യം പറയട്ടെ, ആ പുഴയ്ക്കന്നേരം പത്മരാജന്റെ ക്ലാരയേക്കാൾ സൗന്ദര്യമുണ്ടായിരുന്നു. ഞാൻ കണ്ട മറ്റെന്തിനേക്കാളും അതെന്നെ വല്ലാതെ ആകർഷിച്ചു കൊണ്ടേയിരുന്നു.

"ഓഹ്, താനായിരുന്നോ? കേസ് ഒന്നും വേണ്ട ആശാനെ. ഞാൻ നിർത്തി."

ഞാൻ മെല്ലെ പുറകോട്ട് ചാഞ്ഞു. കൈകൾ രണ്ടും ഒരുമിച്ച് ചേർത്ത്, അതിന് മുകളിൽ തലവെച്ചു. പുറംകൈയിൽ മണൽത്തരികൾ പറ്റി പ്പിടിച്ചു. മണൽത്തരികളിൽ ഒളിച്ചിരുന്ന ചില വിരുതൻ വെള്ളാരം കല്ലുകൾ എന്നെ തെല്ലു വേദനിപ്പിച്ചു. എങ്കിലും മുകളിൽ അമ്പിളി മാമന്റെയുള്ളിൽ ഉണ്ണിയേശുവിനെയും മാതാവിനെയും കണ്ടപ്പോൾ എന്റെ ശ്രദ്ധ മാറി. ചിലപ്പോൾ, താടിയുള്ള യേശുദേവന്റെ രൂപം, ചില പ്പോൾ ആട്ടിൻകുട്ടി. അമ്മയുടെ ചിരിക്കുന്ന മുഖം. അങ്ങനെ എന്തോരം കാഴ്ചകളാണ് ചോദിക്കാതെതന്നെ ഈ അമ്പിളി എനിക്ക് കാണിച്ച് തന്നിട്ടുള്ളത്. ആകാശത്ത് പഞ്ഞിക്കെട്ടുപോലുള്ള മേഘശകലങ്ങൾ ധൃതിയിലെങ്ങോട്ടോ ഓടുന്നു.

"അതേയ് ആശാനെ..." വീണ്ടും ഒരു പിൻവിളി.

"ആഹ് പറഞ്ഞോ." കിടന്ന കിടപ്പിൽ എണീക്കാതെ ഞാൻ മറുപടി കൊടുത്തു.

"നിങ്ങൾ ഉൽക്ക വീഴുന്നത് കണ്ടിട്ടുണ്ടോ?"

"ഭൂമിയിലുള്ളത് പോലും ശരിക്ക് കണ്ടിട്ടില്ല. അപ്പോഴാ ഉൽക്ക വീഴുന്നത്."

ഒരു ചെറുപുഞ്ചിരിയിൽ പുഴ തന്റെ പുച്ഛം അറിയിച്ചു.

"എങ്കിലൊന്ന് ചെരിഞ്ഞു നോക്കിക്കോളൂ. പിന്നീടൊരിക്കലും കണ്ടി ല്ലെന്ന് പറയരുത്."

ഞാൻ വലത്തോട്ടൊരല്പം ചെരിഞ്ഞു നോക്കി. അത്രമേൽ മനോ ഹരമായി തിളങ്ങി നിന്നിരുന്ന ഒരു നക്ഷത്രത്തെ ഉരുക്കിയൊഴിച്ചപോലെ ഒരു നേർത്ത വര. അതേ, ഉൽക്ക പതിച്ച പാതയാണ്. ഭൂമിയോളം നിഗൂ ഢതയൊളിപ്പിച്ചയൊന്നാണ് ആകാശമെന്ന് അപ്പോഴെനിക്ക് മനസ്സിലായി. കുറച്ച് നേരം കണ്ണെടുക്കാതെ അതിനെ തന്നെ നോക്കി കിടന്നു. ഇത്ര

കാലമായിട്ടും എന്തുകൊണ്ടാവും ഈ കാഴ്ചയെനിക്ക് കാണാൻ കഴിയാതെ പോയതെന്ന ചോദ്യം മാത്രം മനസ്സിൽ ബാക്കിയായി. സ്വാർത്ഥമതിയായ സമയം ആരേയും കാത്തുനിന്നില്ല. ഒരോളത്തിലതങ്ങനെ ഓടിക്കൊണ്ടേയിരുന്നു. ആ രാത്രിയിൽ ഞാൻ ആരെയും കൂട്ടു പിടിച്ചില്ല. മനസ്സിനെ യാതൊരുവിധ ബന്ധനങ്ങളുമില്ലാതെ മേയാൻ വിട്ടു. പൊട്ടിയ പട്ടംകണക്കെ മനസ്സ് അക്ഷമയായി പറന്നു. നിലാവിൽ പുഴയിലെ വെള്ളത്തിൽ ചന്ദ്രബിംബവും താരകങ്ങളും അന്നുവരെ ശ്രദ്ധിച്ചിട്ടില്ലാത്ത ഒരനുഭവം സമ്മാനിച്ചു. പകലിൽ അരോചകമായി കാണുന്ന പലതിനും രാത്രിയിൽ, പ്രത്യേകിച്ച് നിലാവുള്ള രാത്രിയിൽ ഒരു പ്രത്യേക ഭംഗി തന്നെയാണെന്ന് തോന്നി. പുഴക്കരയുടെ വിജനതയിലേക്ക് വെറുതെയൊന്നു കണ്ണെറിഞ്ഞു. ദൂരെ പാലത്തിനു മുകളിൽ ഒരു തെരുവുവിളക്ക് ആർക്കോ വേണ്ടി മിന്നി മിന്നി കത്തുന്നു.

"ഹേയ് ആശാനെ..." വീണ്ടും ആ പഴയ ശബ്ദം.

"പറഞ്ഞോ മാഷേ, ഇവിടെ തന്നുണ്ട്."

"ഉറങ്ങിയിട്ടില്ലേൽ ഞാൻ ഒരു കൂട്ടം കാണിച്ചുതരട്ടെ?" പുഴ ചോദിച്ചു.

"ഉം, ഞാൻ ഉറങ്ങിയിട്ടില്ല. വെറുതെ കിടന്നുവെന്ന് മാത്രം." ഒരു വശം ചെരിഞ്ഞ്, പുഴയെ നോക്കിക്കൊണ്ട് പറഞ്ഞു.

"സപ്തർഷികളെ കണ്ടിട്ടുണ്ടോ? ഇല്ലേൽ, മുകളിലോട്ട് നോക്കിയാട്ടെ."

"സപ്തർഷികൾ..."

ആ പേര് എവിടെയോ കേട്ട് മറന്നപോലെ! മണലിൽ തലവെച്ചു മുകളിലോട്ട് നോക്കി കിടന്നപ്പോൾ ആകാശമെന്നെ വീണ്ടും വിസ്മയിപ്പിച്ചു. കുഞ്ഞുക്ലാസ്സിൽ പഠിച്ചതെല്ലാം ഓർത്തെടുക്കുന്നപോലെ. ഒരു പട്ടംപോലെ തോന്നിക്കുന്ന ആ രൂപഭംഗി വെറുതേ നോക്കി കിടക്കാൻ വേറൊരു സുഖം. കണ്ണു ചിമ്മി കളിക്കുന്ന ഏഴു നക്ഷത്രങ്ങൾക്കും തിളക്കത്തിന്റെ കാര്യത്തിൽ പല ഭാവമായിരുന്നു. ഞാനും ആ രാവും ഏഴാം യാമത്തിലേക്ക് കടന്നു. രാത്രികൾ ഇത്രയും നിശ്ശബ്ദമാകുമെന്നും നിശ്ശബ്ദതയ്ക്ക് ഇത്രത്തോളം സൗന്ദര്യമുണ്ടെന്നും ആ രാത്രിയെനിക്ക് കാണിച്ചു തന്നു. തലയ്ക്ക് മുകളിൽ നിന്ന ചന്ദ്രബിംബം തെല്ലു തെക്കോട്ടു മാറിയപോലെ.

അത്രയും നിശ്ശബ്ദമായ രാത്രിക്ക് കൂട്ട്, ചില വികൃതിയായ ചീവീടുകളും പേരറിയാത്ത ചില കിളികളുമാണ്. അവർ പരസ്പരം മത്സരിക്കുന്നുണ്ടായിരുന്നെങ്കിലും ഒരിക്കൽ പോലും അത് കാതിനൊരു ആലോസരമായി തോന്നിയില്ല. സൂര്യനുദിക്കാൻ കാത്തുനിന്നില്ല. വീട്ടിലേക്ക് നടക്കാൻ തുടങ്ങിയപ്പോൾ, ഒരു മനോഹരമായ രാത്രി സമ്മാനിച്ച ആ സുഹൃത്തിനോട് യാത്രപറയണമെന്നു തോന്നി. ഞാൻ തിരിഞ്ഞു

നോക്കി. പുഴയപ്പോൾ ഒരാലസ്യത്തിലെന്നവണ്ണം നിദ്രാദേവിയുടെ പിടിയിൽ അകപ്പെട്ടുകഴിഞ്ഞിരുന്നു. എനിക്ക് വേണ്ടി നഷ്ടപ്പെടുത്തിയ ഉറക്കത്തിന് വീണ്ടുമൊരു ഭംഗം വരുത്തേണ്ടതില്ലെന്ന് മനസ്സ് പറഞ്ഞു. പഞ്ചാര മണൽത്തരികളോട് യാത്ര പറയുമ്പോൾ, എന്റെ ഓർമ്മയ്ക്ക് എന്തെങ്കിലുമൊന്ന് ബാക്കിയാക്കണമെന്ന് തോന്നി. ഒടുവിൽ എന്നില വശേഷിച്ച ഏകാന്തതയുടെ അവസാന കണവും ഞാനാ തീരത്തു പേക്ഷിച്ചു. ഏകാന്തത കാർന്നുതിന്ന പലതും തിരിച്ചുപിടിക്കാനുള്ള ഊർജ്ജം അപ്പോഴെനിക്ക് കൈവന്നിരുന്നു. വെയിൽ കനക്കും മുന്നേ വീശിയ ഏതെങ്കിലും തെക്കൻകാറ്റിൽ അവയാ പുഴയോട് ചേർന്ന് മറ്റൊരു കടലിനെ തേടിപ്പോയിരിക്കും. ഒരു വലിയ തലച്ചുമടിറക്കിവെച്ച ആശ്വാസം. ഒറ്റയ്ക്കായിപ്പോകുന്നവരുടെ കൂടെ വഴികാട്ടിയായി നിസ്വാർത്ഥയായ പ്രകൃതിയുണ്ടെന്നും അത് തിരിച്ചറിയാൻ ചില സങ്കട ങ്ങൾ ഏറ്റവും അനിവാര്യമാണെന്നും അപ്പോൾ ഞാൻ മനസ്സിലാക്കിയി രുന്നു. തിരികെ വീട്ടിലേക്ക് നടക്കുമ്പോൾ വഴി പുതിയൊരു അനുഭവ മാകുകയായിരുന്നു.

ഓർമ്മകളുടെ തടവറയിലേക്ക് വീണ്ടും

പല മാസങ്ങൾക്കു ശേഷമാണ് വീട്ടിലേക്ക് ഇങ്ങനെയൊരു മടക്കയാത്ര. ഏറ്റവും നല്ല യാത്രകൾ സ്വന്തം വീട്ടിലേക്കുള്ള മടക്കയാത്രകളാണെന്ന് ആരോ പറഞ്ഞതോർക്കുന്നു. ഒരു പരിധിവരെ അത് ശരിയാണെന്ന് എനിക്കും തോന്നിയിട്ടുണ്ട്. വീടിനേയും വീട്ടുകാരേയും അത്രകണ്ട് സ്നേഹിച്ച ആരോ എഴുതിയ വരികളാകണം.

നാട്ടിൽ തെങ്ങിന് മണ്ണനക്കുന്ന സമയമാണ്. അച്ഛന്റെ കൂടെ തെങ്ങിന് ചുവടെടുക്കാൻ പോണം. കമ്പോസ്റ്റ് കണ്ടത്തിലെ വലിയ തെങ്ങിൽ നിന്നും ഇളനീരിടണം. ആവോളം കുടിക്കണം. അതിലെ ഇളനീരിന് പറഞ്ഞറിയിക്കാൻ പറ്റാത്ത ഒരു ലഹരിയാണ്. വലുപ്പത്തിന്റ കാര്യത്തിലും മറ്റു തേങ്ങകളേക്കാൾ മുമ്പിലാണ്. നാവിൽ തുടങ്ങുന്ന തരിപ്പ്, ശരീരമാസകലം വ്യാപിക്കും. പിന്നെ, തെങ്ങിൻപറമ്പിലും റബ്ബർതോട്ടത്തിലും കൂൺ തിരയണം. ഉച്ചയ്ക്ക് അച്ഛന്റെ കൂടെ പായസം കൂട്ടി ഉണ്ണണം. ഇത്രയൊക്കെയുള്ളൂ ഈ വരവിലെ പരിപാടികൾ. അസാധാരണമായി ഒരാഗ്രഹങ്ങളും ഇപ്പൊ കൂടെക്കൂട്ടാറില്ല... അതാണ് സത്യം!

വീട്ടിലേക്കുള്ള വഴിയിൽ ഇന്നലെ പെയ്ത മഴയത്രയും തളം കെട്ടിക്കിടപ്പുണ്ട്. 'വിലകൂടിയ' ഷൂസ് അഴിച്ചു ബാഗിലിട്ടു. കളസം മുട്ടിന് താഴെ മടക്കി വെച്ചു. ബാഗിന്റെ വള്ളി ഒന്നൂടെ മുറുക്കി. മൊബൈൽ ഫോൺ പോക്കറ്റിൽ ഇട്ടു. ട്രെയിൻ ടിക്കറ്റ് ചുരുട്ടിക്കൂട്ടി നടപ്പാതയ്ക്കരികിലെ നീർച്ചാലിലേക്ക് നീട്ടിയെറിഞ്ഞു. അത് ധൃതിയിലെങ്ങോട്ടോ ഒഴുകിപ്പോയി. ട്രെയിനിൽ വച്ചു കഴിച്ചു തീർത്ത മിട്ടായിക്കവറുകൾ തൊട്ടടുത്ത ചവറ്റുകൊട്ടയിലിട്ടു. നനഞ്ഞ നിലവും തണുത്ത കാറ്റും എനിക്ക് ആതിഥ്യമരുളിയതുപോലെ തോന്നി. ചെളിയിൽ ചവിട്ടണം. തോട്ടിൽ കാൽ നനയ്ക്കണം. ആരോ എന്നോട് മന്ത്രിക്കുന്നപോലെ. ആഹാ, ആഹ്ലാദത്തിന്റെ ന്യൂനമർദ്ദം ഉള്ളിലെവിടെയോ രൂപംകൊണ്ടു. അധികമാരും വരുന്നതിന് മുന്നേ നടന്നു തുടങ്ങണം. അല്ലേൽ ചിലപ്പോ അറിയുന്ന ആരേലും ബൈക്ക് കൊണ്ട് വരും. ഇഷ്ടമല്ലാത്ത കാര്യം.

മഴയും പച്ചപ്പും ഒരുമിച്ച് കാണുമ്പോൾ പ്രായം മറന്നുപോകുന്ന പോലെ. തിരിമുറിയാതെ ഒഴുകുന്ന തോട്ടുവെള്ളത്തിൽ കുറച്ചു നേരം കാൽ നനച്ചു നിന്നു. പരൽമീനുകൾ യഥേഷ്ടം വന്ന് പാദപ്രസാധനം ചെയ്യാൻ തുടങ്ങി. ഇക്കിളികൊണ്ട് അറിയാതെ ചിരിച്ചു പോയി.

പാടവരമ്പിലെ താളിലകൂട്ടങ്ങളിൽനിന്നും ഏറ്റവും വലിയ ഒരില പറിച്ച് അതിൽ വെള്ളം നിറച്ച് കൈക്കുമ്പിളിൽ പിടിച്ചു. വെള്ളം ശ്വാസം കിട്ടാതെ പിടയ്ക്കുന്നപോലെ തോന്നി. ഇലയിൽ അങ്ങോട്ടും ഇങ്ങോട്ടും ഓടുന്ന വെള്ളത്തെ വലിയൊരു പാറയിൽ കൊണ്ടിട്ടു. ആ പാറമേൽ തലയിടിച്ച് 'വെള്ളം' തൽക്ഷണം 'മരിച്ചു!' അതിന്റെ 'തല' എങ്ങോട്ടെന്നില്ലാതെ ചിന്നിച്ചിതറി. ദേവകിയുടെയും വസുദേവരുടെയും കുട്ടികളെ നിഷ്ഠൂരം വധിച്ച കംസനെപ്പോലെ ഞാൻ ആർത്തുചിരിക്കാൻ ശ്രമിച്ചു. പെട്ടെന്നൊരു അമ്പഴങ്ങ തലയിലോട്ട് വീണ് എന്റെ ശ്രദ്ധ തിരിച്ചു. ആസ്വാദനത്തിന് ഭംഗം വന്നു. ദേഷ്യം വന്നു. ഞാൻ മുകളിലോട്ട് നോക്കി. പാടത്തേക്ക് ചാഞ്ഞുനിൽക്കുന്ന ചില്ലയിൽ നിറയെ വിളഞ്ഞു നിൽക്കുന്ന കായ്കളാണ്. ഉപ്പും കൂട്ടി കഴിക്കുന്ന അമ്പഴങ്ങ. ഹായ്...! ഓർമ്മകൾ തികട്ടി വന്നു. കൊതി തോന്നി. വായിൽ വെള്ളമൂറുന്നുണ്ടോ? ചുറ്റിലും നോക്കി, തലമണ്ട തകർത്തവനെ തിരഞ്ഞു പിടിച്ചു. തോട്ടിലെ വെള്ളത്തിൽ ഒന്നു കഴുകി. വെറുതെ അതിനെ ഒന്ന് നോക്കി. പാറയിൽ തട്ടി ശകലം ചതഞ്ഞിട്ടുണ്ട്. വീണ്ടും വായിൽ വെള്ളമൂറുന്നു. കൊല്ലരുതേ എന്നത് അപേക്ഷിക്കുന്നതുപോലെ. ഒറ്റക്കടി. പുളിപ്പ് ഉച്ചിവരെയെത്തി. കണ്ണുകൾ അറിയാതെ ഇറുക്കിയടച്ചുപോയി. പല്ലുകൾ കൂട്ടിക്കടിച്ച്, ഒറ്റക്കണ്ണ് മലർക്കെ തുറന്ന്, പുരികം ചുളിച്ച്, ആ കായുടെ 'മാധുര്യം' ആവോളം ആസ്വദിച്ചു. ആഹാ... അന്തസ്സ്. പല്ലുകൾക്കിടയിൽ ആ കുഞ്ഞു കായ് പലതവണ ചതഞ്ഞരഞ്ഞു. പ്രതികാരം തീർത്ത ആത്മനിർവൃതി. ഭൂതകാലത്തിൽ ഒരു പുളിക്കുന്ന ബാല്യത്തിന്റെ മധുരിക്കുന്ന ഓർമ്മകളില്ലാത്ത ആരാണുണ്ടാവുക, അല്ലേ? പെട്ടെന്ന് ഒരു വെളിപാട്, "പല്ലു തേച്ചിട്ടില്ല."

അന്തിക്കു പെയ്ത മഴയിൽപ്പൊഴിഞ്ഞ വാകപ്പൂക്കളത്രയും നടവഴിയിൽ പരവതാനി വിരിച്ചിരിക്കുന്നു. അവയോടൊപ്പം ചുവന്ന തേരട്ടകൾ ചുരുണ്ട് കൂടി കിടപ്പുണ്ട്. ഒരു മട്ടി ചൂരലെടുത്ത്, അതിൽ ഒരെണ്ണത്തിനെ കുത്തിയെടുത്ത് വായുവിൽ ഒന്നു കറക്കി. പാവം, 'ഉറക്കച്ചടവ്' മാറിയത് കണ്ണു തുറന്നു കാണണം. സാവധാനം അതിന്റെ ചുരുളഴിഞ്ഞു. ആ വടിയോടെ അതിനെ തൊട്ടടുത്ത പറമ്പിലേക്കറിഞ്ഞു. ആഹാ...! വീണ്ടും ആനന്ദനിർവൃതി. വീടിന്റെ പടിപ്പുര കാഴ്ചയിൽ വന്നു. കാലിന്റെ വേഗത ക്രമേണ അതികരിച്ചു.

പടിപ്പുര തള്ളി തുറന്ന് അകത്തേക്ക് കടന്നു. മര ഉരുപ്പടികളെല്ലാം ജീർണിച്ച് തുടങ്ങി. കട്ടിളപ്പടിയിൽ ചിതൽ പട്ടയം വാങ്ങി താമസം തുടങ്ങി. മുറ്റം നിറയെ കരിയിലകളാണ്. തെങ്ങിൻപട്ടയും തേങ്ങയും

മുറ്റത്ത് കൂട്ടിയിട്ടിട്ടുണ്ട്. മെടയാനുള്ള പട്ടയും വിറകിനുള്ളതും വേറെ വേറെ മാറ്റിയിട്ടുണ്ട്. വിറകിനുള്ള പട്ടയ്ക്ക് മൂന്നു രൂപയും ഓല മെടയാനുള്ളതിന് അഞ്ചു രൂപയുമാണ് വില. തെക്കേ പറമ്പിലെ മുട്ടൻ വരിക്കയിൽ ചക്ക കുറവാണ് ഇത്തവണ. പഴുത്ത ചക്കയത്രയും താഴെ വീണു. മൂവാണ്ടനും കോട്ടുകോണവും ഭ്രാന്ത് കയറി കായ്ച്ച വർഷമാണ്. കിളികളും അണ്ണാനും മത്സരിച്ച് കഴിച്ചുകാണും.

വീട്ടുമുറ്റത്തെ ഇത്രമേൽ അലങ്കോലമാക്കി ഞാൻ കണ്ടിട്ടില്ല. അമ്മയായിരുന്നു എല്ലാം...! ജീവിതത്തിലെ എല്ലാ ശോഭയും ഇപ്പോൾ തെക്കേതൊടിയിലെ മൂവാണ്ടൻ മാഞ്ചോട്ടിൽ ഒരു ദീപനാളമായി ഒതുങ്ങിയപോലെ. പടിപ്പുര കടന്നതിൽ പിന്നെ കണ്ണു തേടുന്നതൊക്കെയും അച്ഛനെയാണ്. വീടിനകത്തേക്ക് കയറുന്തോറും വിജനമായ ഒരു നിശ്ശബ്ദത എന്നെ ചുറ്റിവരിയാൻ തുടങ്ങി. പേരിട്ട് വിളിക്കാത്തൊരു തണുപ്പ് മനസ്സിനെ മരവിപ്പിക്കാൻ തുടങ്ങി. “അച്ഛാ...” ഒന്നു വിളിച്ച് നോക്കി. മറുപടിയായി നിശ്ശബ്ദത മാത്രം. പറമ്പിലെ പണിക്കാരോട് കാര്യം പറഞ്ഞിരുന്നു സമയം പോയതറിഞ്ഞുകാണില്ല. പക്ഷേ വീട് നിറയെ അച്ഛന്റെ മണം. ബാഗ് റൂമിൽ വച്ച് മുറ്റത്തേക്കിറങ്ങി. അയയിൽ ഒരു കാവിമുണ്ടും വെള്ള തോർത്തും ഉണക്കാനിട്ടിരിക്കുന്നു. അച്ഛന്റെ വിയർപ്പേറ്റ തോർത്തിന് നിറം മങ്ങിയിട്ടുണ്ട്. ആഴ്ചയിലൊരിക്കൽ തുണി പുഴുങ്ങി തിരുമ്പാനും നീലം മുക്കാനുമൊന്നും ഇപ്പൊ ആളില്ലല്ലോ... തിരുത്താൻ കഴിയാത്ത ചില തെറ്റുകളില്ലേ? അതുപോലെയാണ് മരണം. അറിയാതെ പറ്റിയ കൈയ്യബദ്ധമാണെങ്കിലും പകരം എന്ത് നൽകിയാലും തിരിച്ചെടുക്കാനാകാത്തവിധം അകന്നുപോയിരിക്കും. അടർന്നു വീണ കണ്ണീരുപോലെയോ പൊഴിഞ്ഞു വീണ പൂക്കൾപോലെയോ ഉപമിക്കാവുന്നവ.

വെറുതെ ആ തോർത്തെടുത്ത് തോളിലിട്ടു. മണ്ണിൽ അച്ഛനൊഴുക്കിയ വിയർപ്പിന്റെ കഥയത്രയും ആ പഴന്തുണി പറയാതെ പറഞ്ഞു. ഒന്നൂടെ പറയട്ടെ, ഇനിയെത്ര വിലകൂടിയ സോപ്പിട്ട് അലക്കിയാലും ആ തോർത്തിന്റെ മണം പോകില്ല, നിറം മാറില്ല. കാരണം ആ മണം തങ്ങി നിൽക്കുന്നതെന്റെ നാസികയിലും നിറം എന്റെ ഹൃദയത്തിലുമാണ്...!

“ടാ ചെക്കാ, നീ വന്നോ?” പുറകിൽ അച്ഛന്റെ ശബ്ദം!

അമ്മമണമുള്ള ഓർമ്മകൾ

അച്ഛന്റെ വിളികേട്ടാണ് തിരിഞ്ഞുനോക്കിയത്. മടക്കിയുടുത്ത കാവി മുണ്ടിൽ ഇനി ചളിപറ്റാൻ ഇടമില്ല. കറപുരണ്ട ഷർട്ടിൽ ഇനി തയ്ക്കാൻ ഇടമില്ല. സൂചിയും നൂലും അത്രകണ്ട് കഴിവ് തെളിയിച്ചിട്ടുണ്ട് ആ കുപ്പായത്തിൽ. ഇല്ലാത്തതുകൊണ്ടല്ല, പക്ഷേ അച്ഛൻ അങ്ങനാണ്. 'നാണം മറയ്ക്കാനാണ് ഞങ്ങളൊക്കെ തുണിയുടുക്കുന്നത്. അല്ലാതെ ജാഡ കാണിക്കാനല്ല', ഇതൊക്കെയാണ് എനിക്ക് കിട്ടാറുള്ള മറുപടികൾ. വെറുമൊരു ലങ്കോട്ടിയിൽ നടന്ന ഭൂതകാലം അച്ഛനെപ്പോഴും ഓർമ്മിപ്പിക്കാറുണ്ട്. പട്ടിണിയുടെ എല്ലാ ഭാവങ്ങളും അത്രമേൽ ഹൃദിസ്ഥമാക്കിയ ആ മനുഷ്യൻ, ഒരിക്കൽ പോലും ധൂർത്ത് കാണിക്കുന്നത് ഞാൻ കണ്ടിട്ടില്ല.

മുപ്പത്തിയഞ്ചു വർഷം ഒരുമിച്ച് ജീവിച്ചവരാണ് അമ്മയും അച്ഛനും. എല്ലാ സുഖത്തിലും ദുഃഖത്തിലും അവർ ഒരുമിച്ചുനിന്നു. പട്ടിണിയും പ്രാരാബ്ധവും ഒരുമിച്ച് പങ്കുവെച്ചു. അച്ഛനുത്തരം കിട്ടാത്ത ചോദ്യങ്ങൾക്ക് അമ്മയുത്തരമായി. അമ്മ ചോദിക്കാത്ത ചോദ്യങ്ങൾക്കുത്തരം അച്ഛൻ പറയാതെ പറഞ്ഞു. ഓരോ ദിവസങ്ങളും മണ്ണറിഞ്ഞു മെയ്മറന്നു ജീവിച്ചവർ... അമ്മയെ കാണാതെ അച്ഛൻ ജോലിക്ക് പോകാറില്ല. എത്ര തിരക്കാണെങ്കിലും അമ്മ ആ സമയം ഉമ്മറക്കോലായിൽ വന്നു നിൽക്കുമായിരുന്നു. രോഗശയ്യയിൽ കിടക്കുമ്പോഴും പതുക്കെ എണീറ്റ് പുറത്തേക്ക് വന്നിരുന്ന അമ്മയെ ഞാനിന്നും ഓർക്കുന്നുണ്ട്. കാരണമറിയാതെ, അന്ന് അമ്മയെ ഞാൻ ശകാരിച്ചിട്ടുണ്ട്. അതൊക്കെ ഇന്നും നെഞ്ചിലൊരു കല്ലായ് കിടപ്പുണ്ട്.

അടുക്കളയിൽ അമ്മയ്ക്ക് ആയിരം കൈകളാണ്. എങ്കിലും അച്ഛന്റെ വിളി വന്നാൽ അമ്മ പുറത്തേക്ക് നടക്കും. മടിയിൽ കുത്തിവച്ച സാരി നിവർത്തിയിട്ട്, ഒരു കൈ കൊണ്ട് സാരിത്തുമ്പിനെ വാരിയുടുത്ത്, നെറ്റിയിലൊട്ടിയ വിയർപ്പുകണങ്ങളെ കാര്യമാക്കാതെ, ചിലപ്പോൾ ആ സാരിത്തുമ്പുകൊണ്ടുതന്നെ മുഖം തുടച്ച്, അച്ഛന് മുന്നിൽ ഒരു ചുവരിന്റെ ഓരം ചാരി നിൽക്കുന്ന അമ്മ...! മിക്കവാറും ഒരു കോപ്പയിൽ ഇളം ചൂടിൽ ഉപ്പിട്ട കഞ്ഞിവെള്ളം, കൈയിൽ കരുതാറുമുണ്ട്.

നിറം മങ്ങിയൊരു തോർത്തുമുണ്ട് തലയിൽ കെട്ടി, നീല നിറമുള്ള, തേഞ്ഞു തേഞ്ഞു കാൽപ്പാദംപോലെ തോന്നിക്കുന്ന ഇരട്ട വാറുള്ള ആ വി.കെ.സി. ചെരുപ്പുമിട്ട്, കൈയിൽ രാകി മിനുക്കിയ ഒരു മടാളും പിടിച്ച് അച്ഛൻ നടന്നകലുന്നതത്രയും കൺമറയെ അമ്മ നോക്കിനിൽക്കും. ആ നിമിഷങ്ങൾ അവർക്കുള്ളതായിരുന്നിരിക്കണം.

അമ്മ മരിച്ച ശേഷവും അച്ഛൻ പലകുറി, അമ്മയെ പേരെടുത്ത് വിളിക്കുന്നത് ഞാൻ കേട്ടിട്ടുണ്ട്. അന്നൊക്കെയും അമ്മയുടെ വേഷം ആടിത്തകർത്തത് ഞാനായിരുന്നു. അഭിനയം ഒട്ടും വശമില്ലാതിരുന്ന ഞാൻ എത്ര തവണ പരാജയപ്പെട്ടുപോയിരിക്കുന്നു. ഇപ്പോഴും, അന്തിക്ക് സമാധിയിൽ തിരി കത്തുന്നത് അച്ഛൻ നോക്കിനിൽക്കുന്നത് പലപ്പോഴും കാണാറുണ്ട്. ഒരുപക്ഷേ, ഉത്തരങ്ങളില്ലാത്ത ഈ മൗനത്തിലും അവർ പരസ്പരം സംവദിക്കുകയായിരിക്കാം.

കൈയിലെ വെട്ടുകത്തി ഉമ്മറത്തെ ഇറയിലേക്ക് കയറ്റിവെച്ച്, ഉപയോഗിച്ച് മിനുസം വന്ന ആ തൂമ്പ തോളിൽ നിന്നിറക്കി താഴെ വെച്ച്, കാൽ നനയ്ക്കാനായി അച്ഛൻ മുറ്റത്തെ തെങ്ങിൻചുവട്ടിലേക്ക് നടന്നു. രാവിലെയെങ്ങോ വീണ ഒരു കൊതുമ്പ് അതിന്റെ ചുവട്ടിൽ കിടക്കുന്നുണ്ടായിരുന്നു. അതിൽനിന്നും അടർന്നുവീണതെന്നവണ്ണം ഒരു തേങ്ങതെല്ലുമാറി കിടന്നിരുന്നു. അച്ഛൻ ആ തേങ്ങയെടുത്ത് കുലുക്കി നോക്കി, വെള്ളമുള്ളതാണെന്ന് ഉറപ്പുവരുത്തിയശേഷം കൂട്ടിയിട്ട മറ്റു തേങ്ങകൾക്കിടയിലേക്കെറിഞ്ഞു. കൂട്ടം തെറ്റിപ്പോയ ആട്ടിൻകുട്ടി തള്ളയാടിനെ കണ്ടപോലെ, ആ തേങ്ങ കൂട്ടിയിട്ട തേങ്ങകൾക്കിടയിലേക്ക് തുള്ളിച്ചാടി. താഴെ വീണ കൊതുമ്പെടുത്ത് മുറ്റത്തിന്റെ ഒരരികിലേക്ക് മാറ്റി. ബക്കറ്റിലെ വെള്ളമെടുത്ത് കാൽ കഴുകി തലയിലെ കെട്ടഴിച്ച് മുഖവും കാലും തുടച്ചു. വീണ്ടും കോലായിലേക്ക് കയറും മുമ്പ് കിണ്ടിയിലെ വെള്ളം കൊണ്ട് കാൽ ഒന്നൂടെ ശുദ്ധിയാക്കി. ഞാനും അച്ഛന് പിറകേ അകത്തേക്ക് കയറി. അച്ഛൻ ചാരുകസേരയിൽ ഇരുന്നു. കവുങ്ങിൻപാള കൊണ്ടുണ്ടാക്കിയ വീശറി കൊണ്ട് വീശി തുടങ്ങി. മുകളിൽ പൊടിയടിച്ചു തൂങ്ങുന്ന ഇലക്ട്രിക് ഫാനിന് ആ പാളവിശറിയോട് അസൂയ തോന്നിയോ? ചുളിവ് വീണ നെറ്റിയിൽ വിയർപ്പ് പൊടിഞ്ഞു തുടങ്ങിയിരുന്നു. കുഴിഞ്ഞുപോയ കണ്ണുകളിൽ ക്ഷീണം എടുത്തറിയുന്നു.

അടുക്കളയിൽ കനലണയാത്ത അടുപ്പിന് മുകളിൽ കഞ്ഞിക്കലത്തിൽ അച്ഛന്റെ നളപാചകം. ഒരുപാട് വിഭവമൊന്നും ഇല്ല. കുത്തരിക്കഞ്ഞി, മാങ്ങ അച്ചാർ, ചമ്മന്തി, തൈര്, മുളക് പിന്നെ ചുട്ട പപ്പടം. ഇതൊക്കെ മാറി മാറി കഴിക്കും. എന്നോടാരെങ്കിലും എറ്റവും ഇഷ്ടപ്പെട്ട ഭക്ഷണം ഏതെന്ന് ചോദിച്ചാൽ, ആലോചിക്കാതെ ഞാൻ ഉത്തരം പറയും. എന്റെ അച്ഛനുണ്ടാക്കിയ കഞ്ഞിയും ചമ്മന്തിയുമാണെന്ന്. ഒരു കോപ്പ കഞ്ഞിവെള്ളത്തിൽ അല്പം ഉപ്പുമിട്ട് ഞാൻ പൂമുഖത്തേക്ക് നടന്നു.

"അച്ഛാ... കഞ്ഞിവെള്ളം!"

"ഞാൻ എടുക്കുമായിരുന്നല്ലോ... ആട്ടെ, നീ കുടിച്ചോ?"

"ഉം..." ഒന്നു മൂളി.

അച്ഛൻ കോപ്പയിലെ കഞ്ഞിവെള്ളം ഒരു ഗ്ലാസിലേക്ക് ഒഴിച്ചു. കഞ്ഞിവെള്ളം ഒരല്പം പതഞ്ഞു. കുമിളകൾ തൽക്ഷണം മരിച്ചു.

"ദാ... കുടിച്ചോളൂ..." ഗ്ലാസിലെ വെള്ളം എനിക്കുനേരെ നീട്ടിക്കൊണ്ടു പറഞ്ഞു.

അച്ഛൻ കപ്പിലുള്ള കഞ്ഞിവെള്ളം ഒറ്റയടിക്ക് കുടിക്കുന്നത് ഞാൻ നോക്കി നിന്നു. പിന്നെ ഒന്നു രണ്ടു കവിളുകളായി ആ വെള്ളം കുടിച്ചു കൊണ്ടിരുന്നു. രണ്ടു പേർക്കും ക്ഷീണം പമ്പ കടന്നു.

"ഇന്നെത്ര പണിക്കാരുണ്ടായിരുന്നു?" ഞാൻ നർമ്മസംഭാഷണത്തിന് തുടക്കമിട്ടു.

"ഓഹ്, ഞാനും ഇണ്ണ്യാത്തയും മാത്രം. ഞങ്ങളേയ്, ആ തെങ്ങിന് തടം തുരക്കുവായിരുന്നു. അപ്പോ അവൻെറ വകയിൽ ആരോ മരിച്ചൂന്ന് ചെക്കൻ വന്നു പറഞ്ഞു. അതോടെ ഞങ്ങള് പണി നിർത്തി. അവൻ അങ്ങോട്ട് പോയി. ഞാൻ വീട്ടിലേക്കും. ഒറ്റയ്ക്കൊന്നും വയ്യാന്നെ... മടുപ്പാണ്...!" അച്ഛൻ പറഞ്ഞുനിർത്തി. വീണ്ടും വിശറിയെടുക്കാൻ ഭാവിച്ചപ്പോൾ ഞാൻ ഫാൻ ഓണാക്കി.

"അല്ല, എന്തേ ഇത്തവണ പറയാതെ വന്നേ? എന്തേലും വിശേഷംണ്ടോ? രാവിലത്തെ വണ്ടിക്കെന്നല്ലേ വന്നേ? യാത്ര സുഖായിരുന്നില്ലേ?" ഒറ്റശ്വാസത്തിൽ ഒത്തിരി ചോദ്യങ്ങൾ.

എന്നെ കണ്ടാൽ അച്ഛന് എത്ര പറഞ്ഞാലും തീരാത്ത വിശേഷങ്ങളും എത്ര ചോദിച്ചാലും മതിവരാത്ത ചോദ്യങ്ങളുമുണ്ടായിരിക്കും.

"അതേ അച്ഛാ, ഇങ്ങോട്ടു വരാൻ എന്തിനാ വിശേഷങ്ങൾ. വരണം തോന്നി. ലീവെടുത്തു, വണ്ടി കയറി. യാത്ര സുഖായിരുന്നു."

രാത്രിയിൽ വന്നത് പറഞ്ഞില്ല. മനപ്പൂർവം ആ ചോദ്യം ഒഴിവാക്കി. അച്ഛനും ശ്രദ്ധിച്ചില്ല.

"നന്നായി... പക്ഷേ, നീ നന്നായിട്ടില്ല. മുഖത്തൊക്കെ ക്ഷീണം. ആ പഴയ പ്രസരിപ്പൊക്കെ പോയപോലെ. തടിയും കുറഞ്ഞോ നീ?"

"അച്ഛന് വെറുതെ തോന്നുവാണ്. രണ്ടു ദിവസം ഇവിടെ നിൽക്കുമ്പോൾ എല്ലാം ശരിയാകും."

"ഏയ്... അല്ല... ക്ഷീണം ണ്ട്. ഞാനേ, ഒരു കുല കായ വെട്ടിവെച്ചിട്ടുണ്ട്. നീ വരുമോന്നു ഉറപ്പില്ലല്ലോ. എന്നാലും ഒരു തോന്നൽ. അതാ വെട്ടിവെച്ചത്. മൂന്നു ദിവസായി ഇന്നേക്ക്... അടുപ്പിന്റെ മുകളിൽ വിറക് വെയ്ക്കണ മച്ചില്ലേ. അതിന്റെ മുകളിലാണ്. ഞാൻ നോക്കീട്ട് വരാം."

അച്ഛൻ നടക്കാൻ ഭാവിച്ചപ്പോൾ ഞാൻ തടഞ്ഞു.

“ഇപ്പൊ വേണ്ട, വൈകുന്നേരം മതി...”

“അത് പറ്റില്ല. ഞാൻ നോക്കട്ടെ. പഴുത്ത് കാണണം.”

“എന്നാൽ ഞാനും വരാം. അച്ഛൻ അവിടെയൊന്നും വലിഞ്ഞു കേറേണ്ട.”

ഞങ്ങൾ അടുക്കളയിലേക്ക് നടന്നു. അവിടെ മച്ചിന്റെ മുകളിൽ ചണച്ചാക്കിൽ കെട്ടിവെച്ച ഒരു കുല ഞാലിപ്പൂവൻ എന്നെ കാത്ത് കിടപ്പുണ്ടായിരുന്നു. ഞാൻ ചാക്കിന്റെ കെട്ടഴിച്ചു. ആദ്യത്തെ രണ്ടു പടല പഴം മുഴുവൻ പഴുത്തിരിക്കുന്നു.

“രണ്ടു പടല പഴുത്തിട്ടുണ്ട്.”

“അതിങ്ങോട്ട് എടുത്തോ, ഇനിയിപ്പോ നീയുണ്ടല്ലോ.”

എനിക്ക് സന്തോഷായി. ഞാൻ രണ്ടു പടല പഴവും പറിച്ച് താഴോട്ടിറങ്ങി. വീണ്ടും ഉമ്മറത്തേക്ക് നടന്നു. അച്ഛന്റെ സാന്നിദ്ധ്യംകൊണ്ടാണോ അതോ നൂറു ശതമാനം ജൈവമായതുകൊണ്ടാണോ എന്തോ ആ പഴങ്ങൾക്ക് നല്ല മധുരമുണ്ടായിരുന്നു. അച്ഛൻ വീണ്ടും ചാരുകസേരയിലമർന്നു.

ഞാൻ തിണ്ണയിൽ വന്നിരുന്നു. ഒരു പഴം കഴിച്ചു കഴിഞ്ഞ് അടുത്തത് എടുക്കാൻ ഭാവിച്ചപ്പോഴാണ് ഒരു ഇരട്ടപ്പഴം കൈയിൽ തടഞ്ഞത്. അറിയാതെ ഉള്ളിൽ നിന്നൊരു ചിരി വന്നു. തടയാനും കഴിഞ്ഞില്ല. പണ്ടാരോ പറഞ്ഞത് ഓർമ്മ വന്നു. ഇരട്ടപ്പഴം കഴിച്ചാൽ ഇരട്ടക്കുട്ടികൾ ഉണ്ടാകുമെന്ന്.

“അപ്പുമാമേടെ പേരക്കുട്ടി വരാറുണ്ടോ?”

അറിയാതെ ചോദിച്ചുപോയി . ഭാഗ്യം അച്ഛനത് കേട്ടില്ല. മയങ്ങിപ്പോയെന്ന് തോന്നുന്നു. ഞാൻ വീണ്ടും ചിന്തയിലാഴ്ന്നു. അപ്പുമാമേടെ പേരക്കുട്ടി എന്റെ കളിക്കൂട്ടുകാരിയായിരുന്നു. ഇപ്പൊ എന്നെ ഓർക്കണുണ്ടോ ആവോ. പണ്ടൊക്കെ ഞങ്ങൾ നല്ല കൂട്ടായിരുന്നു. എല്ലാ കുരുത്തക്കേടുകൾക്കും കട്ടയ്ക്ക് കൂട്ടുനിൽക്കും. പിന്നീട് അതുപോലൊരു കൂട്ട് ഇതുവരെയും വന്നിട്ടില്ല ജീവിതത്തിൽ. ആണായിട്ടും പെണ്ണായിട്ടും.

സൂര്യദേവനെ കാണാനില്ല. ക്ഷണിച്ചില്ലെന്ന പരാതിയിൽ ഒരു കാറ്റ് പടികടന്നുവരാൻ മടിച്ച് അവിടെവിടൊക്കെയോ കറങ്ങിനടക്കുന്നുണ്ടായിരുന്നു.

ഒന്ന് നടന്നിട്ട് വന്നാലോ

എന്തിനോ വേണ്ടി ഒരു മഴ പെയ്തു. ആർക്കോ വേണ്ടി ഒരു ചെറു കാറ്റുവീശി. അന്നുവരെ എനിക്ക് മഴ ഒരനുഭൂതിയായിരുന്നു, എത്ര കണ്ടാലും കൊതി തീരാത്ത, എത്ര നനഞ്ഞാലും മതിവരാത്ത ആ ചെറു ചാറ്റലുകൾ ഇന്നെവിടെയോ നഷ്ടമായിരിക്കുന്നു. ഒരു മഴയുടെ ഓർമ്മപ്പെടുത്തലെന്നവണ്ണം ഇറയത്ത് വെള്ളം ഇറ്റിറ്റുവീഴാൻ തുടങ്ങി. അലറിപ്പെയ്ത മഴയ്ക്ക്, അകാലത്തിൽ ആത്മശാന്തി. അപ്പോഴും, മനസ്സിൽ പെയ്തു തോരാത്ത ഒരു മഴക്കാലവും പേറി, ഇനിയുമെത്രനാൾ ഇങ്ങനെയെന്ന ചോദ്യം മാത്രം ബാക്കിയായി. മുറ്റം നിറയെ തളം കെട്ടിനിൽക്കുന്ന മഴവെള്ളം. വെറുതെ ഒന്നിറങ്ങി നടക്കാൻ തോന്നി. ഒരു തോർത്തെടുത്ത് തലയിൽ കെട്ടി. ആ പഴയ ലൂണാർ ചെരുപ്പെടുത്ത് കാലിലിട്ട് മുറ്റത്തേക്കിറങ്ങി. നെറുകിലും മുഖത്തും മഴത്തുള്ളികൾ നിർബാധം വന്നു പതിച്ചു. മനസ്സിലൊരു ഗതകാലസ്മരണകൾ മുള പൊട്ടി.

"എങ്ങോട്ടാടോ", ഉമ്മറത്ത് നിന്നൊരു പിൻവിളി എന്നെത്തേടി യെത്തി. അച്ഛനാണ്. അല്ലാതെ ഈ ദ്രവിച്ചു തുടങ്ങിയ വീട്ടിൽ, ആൾരൂപ ങ്ങളൊന്നും അവശേഷിപ്പില്ലല്ലോ?

"വെറുതെ, ഒന്നു നടക്കണം എന്നു തോന്നി." പതിഞ്ഞ സ്വരത്തിൽ ഒരു മറുപടി കൊടുത്തു.

"ഞാനും വരാം." അച്ഛന്റെ മറുപടി എന്നെ തെല്ലൊന്നാശ്ചര്യ പ്പെടുത്തി. സാധാരണ അച്ഛൻ മഴയത്ത് പുറത്തിറങ്ങി നടക്കാറില്ല. എന്നെ നനയാനും വിടാറില്ല. തലയിൽ ഒരു ഓലത്തൊപ്പിയും വച്ച് അച്ഛൻ മുറ്റത്തേക്കിറങ്ങി. മുറ്റം കഴിഞ്ഞ് പറമ്പിലെ പടിക്കെട്ടിറങ്ങി. പാടത്തേക്ക് നടന്നു. പറമ്പിലെ വരുവെള്ളം മുഴുവൻ കുത്തിയൊലിച്ച് റോഡിലെ ഓടയിലേക്കൊഴുകി. തോട്ടിലെ വെള്ളവും വരുവെള്ളവും ഒന്നായൊഴുകി. നിറമേതെന്നു തിരിച്ചറിയാനാവാത്ത വിധം ആ വെള്ളം അതിമനോഹര മായൊഴുകി. മഴ മെലിഞ്ഞു തുടങ്ങി. ഇളംകാറ്റിന്റെ കുസൃതിയിൽ ശരീരമാകെ തണുപ്പ് പടർന്നു. മുണ്ടുടുത്ത് ശീലമില്ലാത്തതുകൊണ്ട് പല

തവണ മടക്കിയുടുത്ത് നടപ്പിന്റെ വേഗതയിൽ ഏറ്റക്കുറച്ചിലുണ്ടായി. വെള്ളം നനഞ്ഞ് ലൂണാർ ചെരുപ്പിന്റെ അപശ്രുതി വീണ്ടും പഴമയുടെ മാധുര്യം നുണച്ചു.

മുറിയൻ ട്രൗസറും പുള്ളിക്കുടയും ചൂടി കൂട്ടുകാരോടൊത്ത് പള്ളിക്കൂടത്തിലേക്ക് ഓടി നടന്ന പാടവരമ്പുകൾ. അതേ പാടവരമ്പുകൾ, കലങ്ങിയൊഴുകുന്ന തോട്, കറുപ്പ് പൂശാത്ത പഞ്ചായത്ത് റോഡ്... മാറ്റം വന്നത്, കണ്ടങ്ങളിൽ വൈദ്യുത കാലുകൾ വന്നതും അങ്ങിങ്ങായി കാണുന്ന കോൺക്രീറ്റ് കെട്ടിടങ്ങളും പാടത്തിന്റെ നടുവിലെ മോട്ടോർ പുരകളും മാത്രം. പക്ഷേ, കുറുന്തോട്ടിയും തൊട്ടാവാടിയും എരിക്കിൻ പൂവും പേരിന് മാത്രം ആരോ ബാക്കിവെച്ചപോലെ...!

“നീയിപ്പോഴും മുണ്ടുടുത്ത് പഠിച്ചില്ലേടാ?”

അച്ഛൻ ചിരിച്ചുകൊണ്ട് ചോദിച്ചു.

“എന്തോ, എനിക്കിപ്പോഴും ഇതൊരു വശമില്ല, അമ്പലത്തിൽ പോകുമ്പോൾ മാത്രം ഉടുക്കാറുള്ളൂ.”

“പണ്ട് ഗുരുവായൂര് പോയപ്പോൾ, അന്നദാന മണ്ഡപത്തിൽ വെച്ചു മുണ്ടഴിഞ്ഞപ്പോൾ, സെക്യൂരിറ്റി മുണ്ടുടുത്ത് തന്നത് ഓർമ്മയുണ്ടോ നിനക്ക്?”

“ഊവ്വ്, അന്ന് തിരിച്ചുവീടെത്തും വരെ, അമ്മ അതും പറഞ്ഞ് എന്നെ കളിയാക്കി.” ഞാൻ പറഞ്ഞുനിർത്തി. പക്ഷേ, ചിരിക്കാൻ മറന്നു. അല്ല ചിരി മറന്നുപോയതാണ്.

“ട്രൗസർ ഇടാൻ കൂട്ടാക്കാതെ, മുണ്ട് വേണം എന്ന് വാശി പിടിച്ചത് നീയാണ്. ആ പ്രായത്തിൽ നിനക്ക് ഭയങ്കര വാശിയായിരുന്നു.” അച്ഛന്റെ വാക്കുകൾക്ക് അറിയാതെ ആവേശം കൂടുന്നപോലെ.

ആകാശത്തിന് ഒരു ഭാവഭേദവുമില്ല. ഇരുണ്ടു മൂടി തന്നെ. ഞങ്ങൾ പാടവരമ്പത്തുനിന്ന് റോഡിലേക്ക് കയറി. അച്ഛന് പിറകിൽ നടന്ന ഞാൻ, അച്ഛന്റെ ഒപ്പം നടക്കാൻ തുടങ്ങി. റോഡിന്റെ വശങ്ങളിലായി എരിക്കും കുറുന്തോട്ടിയും തണുത്തുവിറച്ചു നിൽക്കുന്നുണ്ട്. കമ്മ്യൂണിസ്റ്റ് പച്ചയുടെ തളിരിലകളിൽനിന്ന് ഒരെണ്ണം, പതിയെ ഇറുത്തെടുത്ത്, അച്ഛൻ ഇടത് കൈപത്തി ചുരുട്ടി അതിനു മുകളിൽ വെച്ച്, വലത് കൈയുടെ ഉള്ളം കൈകൊണ്ട് ഒറ്റയടി...!

“ഠോ...” ഞെട്ടിയത് ഞാൻ... ഞാൻ പിറകോട്ട് തിരിഞ്ഞു നോക്കി. ഒരു കൈ അകലെ അച്ഛൻ നടത്തം അവസാനിപ്പിച്ചിരുന്നു. ഞാൻ നോക്കുമ്പോൾ അച്ഛൻ ചിരിച്ചുകൊണ്ട് പുറകിൽ നിൽക്കുന്നു.

“പേടിച്ചോ...”

“ല്ല്യാ... ഒന്നു ഞെട്ടി...” ഇത്തവണ അറിയാതെ ഒന്നു ചിരിച്ചുവോ... എന്തോ...

“ഇനി പറ, എന്താ നിന്റെ പ്രശ്നം?”

“ഏയ്, എന്തേ ഇപ്പൊ അങ്ങനെ തോന്നാൻ... ഞാൻ വെറുതെ ഓരോന്ന് ആലോചിച്ച്, അങ്ങനെ... അച്ഛൻ വരൂ, കുറച്ചു കൂടെ നടക്കാം.”

“എങ്കിൽ പറ, എവിടെപ്പോയി നിന്റെ പ്രസരിപ്പൊക്കെ? നിനക്കറിയോ, നിന്റെ അമ്മ മരിക്കുന്നതിന്റെ തലേ ദിവസംവരെ നീ വാതോരാതെ സംസാരിക്കുമായിരുന്നു. നീ ജനിച്ചതു മുതൽ നിന്റെ കലപില ശബ്ദം കേൾക്കാത്ത ദിവസങ്ങൾ ഞങ്ങൾക്ക് വിരളമായിരുന്നു. പക്ഷേ, കഴിഞ്ഞ ഒൻപതു വർഷങ്ങൾ, കണ്ണകലത്തിൽ നിന്നാലും നിന്റെ ശബ്ദം പലപ്പോഴും പുറത്തു വരാൻ മടിച്ചിരുന്നു. നിശ്ശബ്ദതകൊണ്ട് നീയെന്നെ വല്ലാതെ വീർപ്പുമുട്ടിച്ചിരുന്നു. സംസാരിക്കാൻ മറന്ന് നിന്റെ ശബ്ദം പോലും മാറിത്തുടങ്ങി. നീ വല്ലതും അറിയുന്നുണ്ടോ കുട്ട്യേ...?”

അച്ഛൻ പറഞ്ഞതൊക്കെയും പലയാവൃത്തി ചെവിയിൽ അങ്ങോളമിങ്ങോളം അലയടിച്ചു. ഞങ്ങൾ നടത്തം നിർത്തി. റോഡ്സൈഡിലെ തിട്ടയിൽ ഇരുന്നു. വീണ്ടും മൗനം കടന്നു വന്നു. പക്ഷേ, ഇനിയുമൊരു നിശ്ശബ്ദത ഞങ്ങൾക്കിടയിൽ വില്ലനാകരുതെന്നു മനസ്സ് പറഞ്ഞു.

“അച്ഛനെ കാണുമ്പോഴൊക്കെയും അമ്മയെ ഓർമ്മ വരികയാണ്. കണ്ണു നനയാതെ അമ്മയെക്കുറിച്ചുള്ള ഓർമ്മകൾ എന്നെ വിട്ട് പോകാറുമില്ല. അമ്മ പോയെന്ന സത്യം ഞാനിപ്പോഴും ഉൾക്കൊണ്ടിട്ടില്ല അച്ഛാ... എത്ര ശ്രമിച്ചിട്ടും എന്നെക്കൊണ്ട് പറ്റുന്നുമില്ല. ഈ കാര്യത്തിൽ എന്തോ ഒരു പക്വത ഇനിയും വന്നിട്ടില്ല. എല്ലാറ്റിലും ഒരു വലിയ ശൂന്യത മാത്രം.”

“എടാ, ഞാൻ നിന്നെയോർത്ത് വല്ലാതെ വിഷമിച്ചിട്ടുണ്ട്. പക്ഷേ, ആ ദിവസങ്ങളിൽ നീയെന്നെ അക്ഷരാർത്ഥത്തിൽ ഞെട്ടിച്ചു. ഞങ്ങൾ ആരെക്കാളും വേഗം നീയാണ് ആ ദിവസങ്ങളെ മറികടന്നത്. നിന്നെ കണ്ടു കൊണ്ടാണ്, ഞങ്ങൾ എല്ലാവരും ധൈര്യം ഉൾക്കൊണ്ടതും. ആ ചെറുപ്രായത്തിൽ നിന്നെ എങ്ങനെ കൈകാര്യം ചെയ്യും എന്നതായിരുന്നു ഞങ്ങളുടെ ഏറ്റവും വലിയ പ്രശ്നം. പ്രത്യേകിച്ച് നീയും അമ്മയും തമ്മിലുള്ള ആത്മബന്ധം അത്ര കണ്ട് ദൃഢമായിരുന്നു.” ഒരു നെടുവീർപ്പോടെ അച്ഛൻ പറഞ്ഞുനിർത്തി. ഞാൻ ഇത് വരെ ചിന്തിക്കാത്ത മറ്റൊരു കോണിലായിരുന്നു അച്ഛൻ പറഞ്ഞു നിർത്തിയത്.

“സാഹചര്യങ്ങൾ മാറിക്കൊണ്ടിരിക്കും. ഇന്ന് കൂടെയുള്ളവർ ആരും നാളെ കൂടെ കാണില്ല. ഓരോ നിമിഷവും കടന്നു പോകും, ഓരോ സാഹചര്യങ്ങളും ഓരോന്ന് പഠിപ്പിച്ചുകൊണ്ട് കടന്ന് പോകും. ഇതെല്ലാം ചിരിച്ചുകൊണ്ട് നേരിടാൻ പഠിക്കണം. അതാണ് ജീവിതം.” അച്ഛൻ പറഞ്ഞു നിർത്തി. ഇരുപത്തിയേഴു വർഷങ്ങൾക്കിടയിൽ ഞങ്ങൾക്കിടയിലെ എറ്റവും വിലപ്പെട്ട നിമിഷങ്ങൾ.

"പലപ്പോഴും അമ്മ ഇവിടെ എവിടെയൊക്കെയോ ഉള്ളപോലെ ഒരു തോന്നലാണ്. അല്ല അച്ഛൻ കണ്ടിട്ടിട്ടുണ്ടോ, അമ്മയെ, പിന്നീടെപ്പോഴെങ്കിലും?"

"ഈ നിമിഷം വരെ എടുത്തു നോക്കിയാൽ, നിന്റെ കൂടെ ജീവിച്ചതിനേക്കാൾ കൂടുതൽ ഞാൻ നിന്റെ അമ്മയുടെ കൂടെയാണ് ജീവിച്ചത്. മുപ്പത്തിയഞ്ചു വർഷങ്ങൾ... ഞങ്ങൾക്കിടയിൽ പങ്കുവെയ്ക്കാൻ ഇനി ബാക്കി ഒന്നുമില്ലായിരുന്നു. സങ്കടങ്ങളിൽ കുതിർന്ന ദിവസങ്ങളായിരുന്നു തുടക്കങ്ങളൊക്കെയും. എങ്കിലും എന്റെ ആത്മധൈര്യം ചോർന്നുപോകാതെ, പ്രതിസന്ധികളൊക്കെയും തരണം ചെയ്യാൻ നിന്റെ അമ്മയുടെ സാന്നിദ്ധ്യം ഒന്നുമാത്രം മതിയായിരുന്നു. അതാണ് ഒറ്റ ദിവസം കൊണ്ട് കൈവിട്ടുപോയത്. എല്ലാം അവസാനിച്ചപോലെ തോന്നിയിരുന്നു. പക്ഷേ, പിന്നീട് പതിയെ പതിയെ ജീവിതം ഇനിയും ബാക്കിയുണ്ടെന്ന സത്യം തിരിച്ചറിയുകയായിരുന്നു. മുപ്പത്തിയഞ്ചു വർഷം കൂടെയുണ്ടായപ്പോൾ പഠിപ്പിക്കാത്ത പലതും ഒരു മരണംകൊണ്ട് പഠിപ്പിച്ചാണ് നിന്റെ അമ്മ പോയത്. ഉത്തരവാദിത്തങ്ങൾ ഇരട്ടിച്ച നിമിഷം. പിന്നേയ്, ഈ മരണം ന്നൊക്കെ പറയുന്നത് ഒരു തോന്നലാണടോ. നമ്മളെ വിട്ട് ആരും എവിടേം പോണില്ല. കാണാൻ പറ്റില്ലെന്നൊഴിച്ചാൽ ബാക്കിയെല്ലാം പഴയപോലതന്നെ. പക്ഷേ, ഞാൻ കാണാറുണ്ട്ട്ടോ. സംസാരിക്കാറുണ്ട്. ഇനിയിപ്പോ ന്റെ കണ്ണിൽ എത്ര തിമിരം വന്നാലും ആ കാഴ്ചയൊന്നും അങ്ങനെ വിട്ടുപോകില്ലടോ. അവളെ കാണാൻ എനിക്ക് കണ്ണിന്റേം മിണ്ടാൻ നാക്കിന്റെയും ആവശ്യമില്ലതാനും....!" കണ്ണിലെ നനവ് മറയ്ക്കാൻ അച്ഛൻ വല്ലാതെ പാടുപെട്ടു.

അച്ഛന്റെ വാക്കുകൾ എന്നെ അക്ഷരാർത്ഥത്തിൽ ഞെട്ടിച്ചു. മഴ നിന്നു. മാനം തെളിഞ്ഞു. മനമിരുണ്ടു. കണ്ണീർപെയ്ത്ത് തുടങ്ങി. ഒരു മഴ പെയ്തെങ്കിലെന്നാശിച്ചു. പക്ഷേ, ഇനിയും നടന്നു തീർന്നില്ല...!

ഒരു കാറ്റു വീശി. വല്ലാത്തൊരു നിർവൃതി. എന്നിൽ നിന്നെന്തൊക്കെയോ ആ കാറ്റു കൊണ്ടുപോയി. അച്ഛൻ ഓലക്കുടയെടുത്ത് കൈയിൽ പിടിച്ചു. വലതുകൈ എന്റെ തോളിൽ ഇട്ടു. അപ്പോഴാണ് ഞാനത് ശ്രദ്ധിച്ചത്. ഞാൻ അച്ഛനോളം വളർന്നു. അല്ല, അച്ഛനേക്കാൾ .....!

വെള്ളമേഘങ്ങൾ ധൃതിപിടിച്ച് എങ്ങോട്ടോ പോകുകയാണ്. സൂര്യന്റെ നിഴൽപോലും കാണാനില്ല. കിഴക്കുനിന്ന് ഒരു മഴ തക്കംപാർത്തിരിക്കുന്നുണ്ട്. എന്താണ് കാലാവസ്ഥ എന്നു ചോദിച്ചാൽ പറയാൻ പണിപ്പെടും. പക്ഷേ, ആർക്കും ഇഷ്ടം തോന്നുന്ന ഒരു അനുഭൂതിയാണ് ആ പകലിനന്നേരം അനുഭവപ്പെട്ടത്.

"ജോലി മടുത്തു തുടങ്ങിയോ?" അച്ഛന്റെ ചോദ്യം എന്നെ ഉണർത്തി.

"ഇല്ലല്ലോ... നന്നായി പോകുന്നു."

"അപ്പോൾ ഏതാണ് ആ പെൺകുട്ടി?"

‘‘അയ്യോ, അങ്ങനെ ആരൂല്ല... എന്തേ ചോദിക്കാൻ, ഞാൻ ഓക്കെ ആണ് അച്ഛാ. ഇടയ്ക്കിടക്ക് മൂഡ് മാറിപ്പോകും അത്രേ ഉള്ളൂ.”

“ഒരു വർഷംകൊണ്ട് കല്യാണക്കാര്യം പറഞ്ഞു ഞാൻ പുറകെയുണ്ട്. നീ അമ്പിനും വില്ലിനും അടുക്കാത്തത് കണ്ടപ്പോ തോന്നി, ഏതോ ഒരു കുട്ടി നിന്റെ മനസ്സിൽ ഉണ്ടെന്ന്. ഇപ്പോ വീട്ടിൽ വന്ന ശേഷം ഫോൺ നോക്കുന്നത് വളരെ കുറച്ചു. നീ എന്തൊക്കെയോ എഴുതുന്നുണ്ടെന്നു കുട്ടികൾ പറഞ്ഞല്ലോ. അതൊന്നും ഇപ്പോ ഇല്ലേ?”

“എല്ലാം ഉണ്ടെന്നെ, പക്ഷേ എഴുത്തിനോടും ഒരു ആത്മാർത്ഥത കാണിക്കാൻ പറ്റണില്ല. അതാ, തൽക്കാലം ഒന്നും വേണ്ടെന്നുവച്ചത്.”

“അതാ ചോദിച്ചത്, അങ്ങനെ ആരേലും ഉണ്ടേൽ പറഞ്ഞോ, നമുക്ക് വേണ്ടപോലെ ചെയ്യാം.”

“ഇതൊക്കെ ഒരാൾക്ക് മാത്രം തോന്നേണ്ട കാര്യമല്ലല്ലോ, ഒരാളോട് തോന്നി പക്ഷേ, അത് പ്രണയം ഒന്നുമല്ല. വേറെ എന്തോ ഒരു ഫീൽ. നല്ല കൂട്ടായിരുന്നു. വീട്ടിൽ കല്യാണം ആലോചിക്കണം എന്നു പറഞ്ഞപ്പോ ആദ്യം തോന്നിയ പേര് അതായിരുന്നു.” അച്ഛൻ ഒന്നു ചിരിച്ചു. പിന്നെ എന്നെയൊന്ന് നോക്കി. ആ നോട്ടത്തിന്റെയും ചിരിയുടെയും അർത്ഥം എനിക്ക് മനസ്സിലായില്ല.

“നീ എന്താ പറഞ്ഞുവരുന്നേ. ഇപ്പൊ എന്തുണ്ടായി?”

“അച്ഛനറിയില്ലേ, എനിക്ക് ഒരുപാട് നല്ല കൂട്ടുകാരൊന്നും ഇല്ല. പക്ഷേ, ചിലപ്പോൾ തോന്നും ആ ഇല്ലാതെ പോയ അത്രേം പേർക്കും പകരം ഇവൾ ഒരെണ്ണം മതിയായിരുന്നു എന്ന്.” മുഖമൊന്നു താഴ്ത്തി തറയിലേക്ക് നോക്കി. വരുവെള്ളത്തിൽ ഒലിച്ചു വന്ന ഒരു അച്ചിങ്ങ റോഡിൽ കിടക്കുന്നു. ഒന്നും നോക്കിയില്ല. അലസമായി കാലുകൊണ്ട് ഒരു തട്ടു കൊടുത്തു. അത് എങ്ങോട്ടോ ഉരുണ്ടു പോയി.

“ഒരുപക്ഷേ, തുറന്ന് പറഞ്ഞിരുന്നെങ്കിൽ ഏറെ മനോഹരമായിരുന്ന ഒന്ന്, പ്രണയം പറഞ്ഞാൽ സൗഹൃദം നഷ്ടപ്പെടുമോ എന്ന പേടി.” ശരിയല്ലേ?

ഞാൻ അച്ഛനെ നോക്കി.

“ഒന്നു ഞാൻ പറയാം, ഇരുപത്തിമൂന്നാം വയസ്സിൽ എന്റെ കല്യാണം കഴിഞ്ഞു. അന്ന് നിന്റെ അമ്മയ്ക്ക് വയസ്സ് പത്തൊൻപത്. അവിടുന്നിങ്ങോട്ട് മുപ്പത്തിയഞ്ചു വർഷങ്ങൾ ഞങ്ങൾ ഒരുമിച്ചായിരുന്നു. ഏറ്റവും കഷ്ടതകൾ നിറഞ്ഞ വർഷങ്ങൾ. പക്ഷേ, ഇപ്പോ ഈ കാണുന്നതൊന്നും അനുഭവിക്കാൻ അവൾക്ക് ഭാഗ്യം ഉണ്ടായില്ല. ആത്മാർത്ഥമായി ഒന്നു പറയട്ടെ, ഈ കാണുന്ന സുഖങ്ങളേക്കാൾ എനിക്കിഷ്ടം ഞങ്ങൾ ഒരുമിച്ച് താണ്ടിയ ആ മുപ്പത്തിയഞ്ചു വർഷങ്ങളായിരുന്നു...” ഒരു നെടുവീർപ്പോടെ അച്ഛൻ പറഞ്ഞു നിർത്തി.

എന്റെ സംശയങ്ങൾക്ക് അറുതിയായി.

അച്ഛൻ മുമ്പേ നടന്നു. എന്റെ കാലുകൾ എന്തു ചെയ്യണമെന്ന റിയാതെ ചലനമറ്റു നിന്നു. ഒടുവിൽ അദ്ദേഹം പറഞ്ഞുനിർത്തിയത്... എന്തോ വീണ്ടും ആശയക്കുഴപ്പത്തിലായപോലെ! പെട്ടെന്ന് സന്ധ്യയായ പോലെ മാനം കറുത്തു. ഒരു മഴയ്ക്കുകൂടെ ആകാശം തയ്യാറായ പോലെ.

ധൃതിപെട്ട് അച്ഛനൊപ്പം നടന്നെത്തി. വീണ്ടും ഒരല്പം കൂടെ നട ക്കാൻ തീരുമാനിച്ചു. നേരെ നടന്നു. പിന്നെ രണ്ടു വളവുകൾ. നാനാർച്ചി കുളവും വട്ടത്തറയും പിന്നിട്ടിരിക്കുന്നു. പക്ഷേ, ഒന്നും അറിഞ്ഞതേയില്ല. ഇനിയും രണ്ടു വളവുകൾക്കപ്പുറം ചേച്ചിയുടെ വീടാണ്. കുട്ടികളെ കാണാൻ പോയാലോ. അല്ലെങ്കിൽ വേണ്ട, ഈ നിമിഷം അത് ഞങ്ങളു ടേത് മാത്രം ആകട്ടെ. അച്ഛന്റെ ചെരുപ്പ് കാൽ മടമ്പിൽ 'ഠപ്പേ', 'ഠപ്പേ' ശബ്ദമുണ്ടാക്കാൻ തുടങ്ങി.

"ഇനിയിപ്പോൾ എന്താണ് നിന്റെ പരിപാടി? ഈ അലച്ചിലൊക്കെ അവസാനിപ്പിക്കണ്ടേ? ഇതാണ് നിന്റെ കല്യാണത്തിനുള്ള ശരിയായ സമയം എന്നെനിക്ക് തോന്നി. അതാണ് ഞാൻ നിർബന്ധിക്കുന്നത്. ഇനിയെത്രകാലം എന്നൊന്നും എനിക്ക് നിശ്ചയമില്ല. എന്റെ എല്ലാ ആഗ്രഹങ്ങളും കഴിഞ്ഞിരിക്കുന്നു. നിന്റെ അമ്മയുടെ ആഗ്രഹങ്ങളാ യിരുന്നു അധികവും. പക്ഷേ, ബാക്കിയാകുന്ന ഒരേയൊരു ആഗ്രഹവും കടമയും നീ മാത്രമാണ് കുട്ട്യേ... നിന്റെ കല്യാണം."

പ്രതീക്ഷിച്ച ഒരു നീക്കം തന്നെയായിരുന്നു അത്. പലതവണ പലരിൽ നിന്നും കേട്ടത്...!

"എനിക്കത്ര വയസ്സൊന്നും ആയിട്ടില്യാലോ. ഇപ്പോഴും ഞാൻ കുട്ട്യാണെന്നേയ്. അച്ഛനെവിടെ പോകുന്ന കാര്യമാ പറയുന്നേ... എന്നെ വീണ്ടും ആശയക്കുഴപ്പത്തിലാക്കാണോ?"

"ആലോചിക്കാൻ എന്തിരിക്കുന്നു. നിന്റെ കൂട്ടുകാരൊക്കെ കുടും ബവും കുട്ടികളുമൊക്കെയായി കഴിയുന്നു. അച്ഛന്റെ കുട്ടി ഇനിയും വളരാൻ പോവാണോ? കഴുതേ...." ഒരുപാട് ദിവസങ്ങൾക്കുശേഷം ഒന്നുറക്കെ ചിരിച്ചു. അച്ഛനും കൂടെ കൂടി.

"ഒറ്റയ്ക്ക് ജീവിച്ച് എനിക്കിപ്പൊ വേറെ ഒരു കുടുംബത്തെ ഉൾക്കൊ ള്ളാൻ പറ്റണില്ല അച്ഛാ... ഇനി നിർബന്ധം ആണേൽ എനിക്ക് ആരും ഇല്ലാത്ത ഒരു കുട്ട്യേ മതി ട്ടൊ... കുറച്ചു ബുദ്ധിമുട്ടൊക്കെ ഉണ്ടാകും. അത് ഉൾക്കൊള്ളാൻ ഞാൻ തയ്യാറാണ്."

അച്ഛന്റെ മുഖത്തെ അമ്പരപ്പിനെ ഞാൻ ഗൗരവം കാണിച്ചു തകർത്തു.

"ഒന്നിന് പത്തു തവണ ആലോചിച്ചോ. ജീവിതമാണ്, ആവേശം കൊണ്ട് ഒന്നും കിട്ടില്ല. കൂടപ്പിറപ്പുകളോടുംകൂടെ ഒന്നു സംസാരിക്കണം.

എനിക്കു ശേഷം, അവരാണ് നിനക്ക് തുണയായി ഉണ്ടാവുക. നിന്റെ തീരുമാനങ്ങളെല്ലാം എനിക്ക് സമ്മതമാണ്. ആലോചിച്ചോളൂ. ഒരുപാട് വൈകിക്കണ്ട."

"ഒരുപാട് ആലോചിച്ചു. ഇത് തന്നെയാണ് ശരി എന്ന് മനസ്സ് പറയുന്നു."

"നല്ല കാര്യം. എന്നാ ഇനി തിരിച്ച് പോകുന്നത്?"

"നാളെ. ഇനി ഓണത്തിനേ വരൂട്ടോ."

"ഇത്തവണ, എല്ലാരോടും രണ്ടു ദിവസം വീട്ടിൽ നിൽക്കാൻ പറയണം. പറ്റുമെങ്കിൽ, കുട്ടികൾക്ക് ആ പുളിമരത്തിൽ ഒരു ഊഞ്ഞാൽ കെട്ടിക്കൊടുക്കണം."

അച്ഛന്റെ വാക്കുകളിൽ വീണ്ടും ആവേശം നിറഞ്ഞു.

"യ്യോ ഞാനില്ലേ... ഒരിക്കൽ ഊഞ്ഞാലാടിയ ക്ഷീണം, ഇനീം മാറീട്ടില്ല. വല്ലോം ഓർമ്മയുണ്ടോ മൂപ്പനാരെ." അടക്കിപ്പിടിക്കാനാകാത്ത ഒരു ചിരി ഹൃദയത്തിൽനിന്നും മുളപൊട്ടി. ചിരിച്ചു. കുടുകുടെ ചിരിച്ചു.

"വാടാ, തിരിച്ചുപോകാം." അച്ഛൻ പറഞ്ഞു നിർത്തി.

ഞങ്ങൾ തിരിച്ചു നടന്നു. ആകാശത്തിന് ഒടുക്കത്തെ ഭംഗി. കാറ്റിന്റെ തണുപ്പിൽ ശരീരം വിറയ്ക്കുന്നപോലെ. മണ്ണ് മഞ്ഞളിപ്പായിരിക്കും. മഴയോ മഴക്കാറോ ഒന്നിനേം അവിടെയെവിടേം കണ്ടില്ല. വെള്ളം കുടഞ്ഞ് ചെടികൾ തലയുയർത്തി നിൽക്കുന്നു. തോട്ടിലെ വെള്ളത്തിൽ ഓളം തട്ടുന്നു. കലങ്ങിമറിഞ്ഞ വെള്ളം പാതി തെളിഞ്ഞുതുടങ്ങി.

"അല്ലടോ, നേരത്തെ പറഞ്ഞില്ലേ, എല്ലാറ്റിനും പകരം ഒരാൾ മതിയെന്ന്, ഇനിയിപ്പോ പുള്ളിയെങ്ങാനും ഓക്കെ പറഞ്ഞാലോ...?" അച്ഛൻ ട്വിസ്റ്റ് എറിഞ്ഞു.

ഒന്നു ചിരിക്കാൻ മാത്രമേ തോന്നിയുള്ളൂ. മറുപടി ഒന്നും പറഞ്ഞില്ല. അർഹതയില്ലാത്തതൊന്നും ആഗ്രഹിക്കരുതെന്ന് പഠിപ്പിച്ച അച്ഛനോട്, അതിൽ കൂടുതൽ ഒന്നും പറയാൻ തോന്നീല്ല.

ചിലതൊക്കെ മനസ്സിന്റെ അടിത്തട്ടിൽ അങ്ങനെ തന്നെ കിടക്കുന്നതാണ് നല്ലത്. നുരഞ്ഞു പൊങ്ങാൻ അവസരം കൊടുക്കാതെ, അകലെ നിന്നുമാത്രം നോക്കി കണ്ടിരിക്കണം.

പറയാതെപോയ പ്രണയങ്ങൾ പോലെ...

ആകാശമിരുണ്ടു.

ഇത് മഴക്കാറല്ല.

അമ്പിളിമാമന് ആകാശം ആതിഥ്യമരുളുന്നതാണ്.

തിരിമുറിയാതെ നാട്ടുവിശേഷങ്ങൾ

കഴിഞ്ഞ പത്ത് വർഷമായി ഈ നാടിനും നാട്ടുകാർക്കും പിന്നെ എന്റെ വീട്ടുകാർക്കും ഞാനൊരു അതിഥിയാണ്. സങ്കടം വരുമ്പോ തിരിമുറിയാതെ ഒഴുകുകയും സന്തോഷം വരുമ്പോൾ പേരിനൊന്നു പൊടിയുകയും ചെയ്യുന്ന കണ്ണീരുപോലെ, സന്ദർഭത്തിനനുസരിച്ചു അനുവാദമില്ലാതെ കടന്നു വരികയും പല നാഴികകൾക്കപ്പുറം യാത്രപറയാതെ നടന്നകലുകയും ചെയ്യുന്ന ഒരതിഥി. പക്ഷേ, ഈ ഗ്രാമത്തിലേക്ക് വിരുന്ന് വന്നപ്പോഴൊക്കെയും മനസ്സ് അലസമായി ഉരുവിട്ടുകൊണ്ടിരുന്നത് ഒന്ന് മാത്രമാണ്, ഇവിടത്തെ പകലിനേക്കാൾ സൗന്ദര്യം രാത്രികൾക്കാണെന്ന പച്ചയായ സത്യം! ഇവിടെ, രാത്രികൾ ഏറ്റവും മനോഹരമാകുന്നത് ചെല്ലാർക്കോവിലിലെ മൊട്ടക്കുന്നുകൾക്കുമീതെ നക്ഷത്രക്കുഞ്ഞുങ്ങളെ വാരി വിതറുമ്പോഴാണ്. കാക്കത്തൊള്ളായിരം മിന്നാമിനുങ്ങുകൾ ഒരുമിച്ച് ഇമ വെട്ടിക്കളിക്കുന്ന പോലെയൊരു അനുഭവം. ഈ നാട്ടിൽ എന്നോട് ഏറ്റവും പരിചയം നടിച്ചതും നിസ്വാർത്ഥമായി ചിരിച്ചതും അവയായിരുന്നു. കണ്ടിട്ടുള്ളതിൽ വെച്ച് ഏറ്റവും മനോഹരങ്ങളായ ആകാശദൃശ്യങ്ങളൊക്കെയും ഈ മൊട്ടകുന്നുകൾ സമ്മാനിച്ചതാണ്...! അതുകൊണ്ടുതന്നെ വൈകാരികമായി ഞങ്ങൾ ഇച്ചിരി അടുപ്പത്തിലാണ് എന്നു പറഞ്ഞാൽ അതിൽ തെറ്റില്ല.

കറുപ്പാണോ കടുംനീലയാണോ നിറമെന്ന് തിരിച്ചറിയാൻ പറ്റാത്ത വിധം മനോഹരമായ ആകാശത്തിൽ അലസമായി മിന്നിക്കളിക്കുന്ന നക്ഷത്രക്കൂട്ടങ്ങൾ. ഒരിടത്തും നിലയുറപ്പിക്കാതെ ഓടിനടക്കുന്ന അമ്പിളി മാമൻ. ചിലപ്പോഴൊക്കെ പഞ്ഞിക്കെട്ട് പോലെയുള്ള മേഘശകലങ്ങൾ അമ്പിളിയുടെ കാഴ്ച പാടേ മറയ്ക്കാറുണ്ട്. അതുവരെ പ്രകൃതിയുടെ മാറിൽ രാത്രിയൊളിപ്പിച്ച കാനനസൗന്ദര്യമൊക്കെയും കാണിച്ചുതന്ന പൂനിലാവെട്ടം അതോടെ തെല്ലുനേരമെങ്കിലും ദിശമാറി വീശും. ആ കാഴ്ചകൾ കണ്ണിൽ നിന്നും മറയുമ്പോഴാണ്, അത്രനേരം കണ്ടതൊന്നും കണ്ണുകൊണ്ടല്ല മനസ്സുകൊണ്ടാണെന്ന് തിരിച്ചറിയുന്നത്. ജീവിതത്തിന്റെ സകല ഭാരങ്ങളും അപ്പൂപ്പൻതാടി കണക്കെ ഒഴുകി നടക്കാറുണ്ട്. പലപ്പോഴും എനിക്ക് തോന്നീട്ടുണ്ട്, ആകാശത്തിന്റെ ഭംഗി അത്

നോക്കുന്നയാളുടെ മനസ്സിലാണെന്ന്! കണ്ണുകൾ വെറും ഇടനിലക്കാർ മാത്രമാണ്. അല്ലെങ്കിൽ, എന്നും കാണുന്ന ആകാശത്തിന്, ചില ദിവസങ്ങളിൽ മാത്രം ഒരു പ്രത്യേക ഭംഗി തോന്നുന്നത് എന്തുകൊണ്ടാണ്?

പറഞ്ഞാലും പറഞ്ഞാലും തീരാത്ത ആകാശക്കാഴ്ചകൾ! ഒടുവിൽ, അതേ മൊട്ടക്കുന്നിന്റെ കിഴക്കേ ചെരുവിലെ പാറക്കൂട്ടങ്ങൾക്ക് മുകളിൽ പ്രഭാതകിരണങ്ങളായി ഉദിച്ചുയരുന്ന സൂര്യരശ്മികളെ കാണുമ്പോൾ വേറെയെങ്ങോ ഓടിയൊളിക്കുന്ന രാവും കർമ്മനിരതനാകുന്ന പകലും! ആകാശം പറഞ്ഞ കഥകളേക്കാൾ ഭൂമിക്ക് പറയാനുണ്ടായിരുന്നു. ഒറ്റ നോട്ടത്തിൽ വിശേഷങ്ങളല്ലാതിരുന്നിട്ടും വായ്തോരാതെ സംസാരിക്കാൻ ഒരു കൊതി എന്നെയും തേടി വരുന്നപോലെ...!

ഈ നാട്ടിൽ ആദ്യം നേരം പുലരുന്നത് ചെത്തുകാരൻ ചാമിക്കും കറവക്കാരൻ കുമാരനും പിന്നെ മീങ്കാരൻ മാനുപ്പാക്കുമാണ്. മാനുപ്പ, പ്രായം അമ്പതുകളുടെ അവസാനം. ഞാനിതുവരെ അയാളെ ഷർട്ടിട്ട് കണ്ടിട്ടില്ല. വല പോലുള്ള കൈയില്ലാത്ത നീല ബനിയൻ മീൻ വലകളെ ഓർമ്മിപ്പിക്കും. അല്പം മുന്നോട്ട് ചാടിയ വയറിനു പറയത്തക്ക അഭംഗി ഇല്ല. തലയിൽ കെട്ടിയ തോർത്ത് മീൻവെള്ളം തട്ടി നിറം മാറിയിരിക്കുന്നു. മുട്ടിനും അല്പം താഴോട്ട് നീളമുള്ള കള്ളിമുണ്ട്, ഇതുവരെ മാന്യമായി ഉടുത്തു കണ്ടിട്ടില്ല. ചിലപ്പോൾ മുണ്ട് മടക്കിക്കുത്തി തുടകൾ ചൊറിഞ്ഞു കൊണ്ട് നിൽക്കും. മറ്റു ചിലപ്പോൾ മാടിയൊതുക്കി എങ്ങോട്ടെന്നില്ലാതെ തിരുകി വച്ചിരിക്കുന്നത് കാണാം. അരയിൽ നാലിഞ്ച് വീതിയിലൊരു അരപ്പട്ട ബെൽറ്റ് കെട്ടിയിരിക്കും. ചീകി വിടാത്ത വെള്ളയും കറുപ്പും നിറമുള്ള മുടികൾക്ക് കൂട്ടായി മീൻ ചെളുക്ക. വിണ്ടു കീറി തുടങ്ങിയ കാലുകൾക്ക് അലങ്കാരമായി കുഴിനഖം. കാൽ മടമ്പിനേക്കാൾ ചെറിയ വി.കെ.സി ചെരുപ്പ് തേഞ്ഞ് തേഞ്ഞ് തീരാറായി.

മാനുപ്പാക്ക് പേഴ്സില്ല, കുപ്പായത്തിനു കീശയുമില്ല. ആകെയുള്ള ബനിയൻ മുണ്ടിന്റെ ഉള്ളിലേക്ക് കയറ്റി വിടും. അതിനു മുകളിൽ അരപ്പട്ട ബെൽറ്റ് മുറുക്കി കെട്ടും, എന്നിട്ട് വയറിനു മുകളിൽ നെഞ്ചോട് ചേർന്ന് അയഞ്ഞു കിടക്കുന്ന ഭാഗത്താണ് മീൻ വിറ്റു കിട്ടുന്ന പണം സൂക്ഷിക്കുന്നത്. ബാക്കി തരുന്ന പൈസയ്ക്ക് എപ്പോഴും മാനുപ്പയുടെ ചൂരാണ്. വിയർപ്പും മീൻവെള്ളവും ചേർന്ന അസഹനീയമായ ചൂര്. അതിരാവിലെ എണീറ്റ് കാതങ്ങളോളം സൈക്കിൾ ചവിട്ടിയാണ് മാനുപ്പ ചാവക്കാട് കടപ്പുറത്തേക്ക് പോകുന്നത്. തിരിച്ചു വരുമ്പോൾ സൈക്കിളിന്റെ പിറകിലെ ആ നീല നിറമുള്ള ചതുരപ്പെട്ടിയിൽ, ഒരു വലിയ കുട്ട നിറയെ പിടയ്ക്കണ മീനുണ്ടാകും. സൈക്കിളിന്റെ മുന്നിലെ പച്ചനിറമുള്ള റബ്ബർ ഹോണിന് ഒരു ബലൂണിന്റെ രൂപമാണ്. പണ്ടൊക്കെ ഒത്തിരി കൊതിച്ചിട്ടുണ്ട്, ആ ഹോണിലൊന്ന് അമർത്തി ആളെ കൂട്ടാൻ. മാനുപ്പാക്ക് പകരം ആ ജോലി വളരെ അഭിമാനത്തോടും ആഹ്ലാദത്തോടും ചെയ്യാൻ എന്നെ അനുവദിച്ചു.

എട്ടുമണിക്ക് മുന്നേ മീൻവണ്ടിയുമായി പുള്ളിയെത്തും. ഓരോ വീടിന്റെ മുന്നിലും ഹോണടിക്കും. അതുവരെ തോളിൽ അലസമായി കിടന്നിരുന്ന തുണിയെടുത്ത്, ധൃതിയിൽ തലയിലിട്ട് ഖദീജുമ്മായും നനഞ്ഞ തലമുടിയിൽ തോർത്തുമുണ്ട് കെട്ടി അടുക്കളയിലെ കലാശക്കൊട്ടിനിടെ സമയമുണ്ടാക്കി വേശുചേച്ചിയും കൈലിമുണ്ടുടുത്ത് ജാക്കറ്റിന് മുകളിൽ ഒരു തോർത്തുമുണ്ടുകൊണ്ട് മാറുമറച്ച് കാളിതള്ളയും മീൻ വാങ്ങാൻ വരും. ഇവരുടെ കൂടെ വീട്ടിലെ സകല കുട്ടികളും വരും. ഷർട്ടിടാതെ, പൊങ്ങിനിൽക്കുന്ന അസ്ഥിപഞ്ജരങ്ങളൊക്കെയും കാണിച്ച്, മുറിയൻ ട്രൗസറിട്ട ചെക്കന്മാരും കൈയ്യില്ലാത്ത മുട്ടുവരെയുള്ള ഷിമ്മീസിട്ട പെൺകുട്ടികളും ആ വണ്ടിക്ക് ചുറ്റും തടിച്ചു കൂടും. മറ്റു വീടുകളിലെ മരുമക്കളായെത്തിയ പെണ്ണുങ്ങളും പാത്രങ്ങളെടുത്ത് പുറത്തോട്ടു വരും. ചുരിദാറോ നൈറ്റിയോ ധരിച്ച് വരുന്ന ആ പെൺപടയ്ക്ക് അടക്കവും ഒതുക്കവും പുറമെ ഒരല്പം കൂടുതലായിരിക്കും. വർഷത്തിൽ മുന്നൂറ്റിയമ്പത് ദിവസവും മാനുപ്പായുടെ കൊട്ടയിൽ മത്തിയായിരിക്കും മീൻ. ഇതെങ്ങനെ സാധിക്കുമെന്നത് ചിന്തിച്ച് തല പുണ്ണാക്കാൻ ആരും മെനക്കെടാറില്ല. എങ്കിലും ഇടദിവസങ്ങളിൽ പുത്യാപ്ല കോര, മാന്തൾ, കൂന്തൾ, നത്തൾ, അയല, അയല ചെമ്പാൻ തുടങ്ങിയവയും കൊണ്ടു വരാറുണ്ട്. മാനുപ്പായുടെ മത്തിക്കറിയില്ലാത്ത ദിനങ്ങൾ ആ നാട്ടുകാർക്ക് വിരളമാണ്. വിലകൂടിയ മീനുകളൊന്നും വാങ്ങാൻ ഈ നാട്ടുകാരുടെ ധനസ്ഥിതി അനുവദിക്കില്ലെന്ന് അയാൾക്ക് നന്നായി അറിയുകയും ചെയ്യാം. എല്ലാവർക്കും അരക്കിലോ മതിയാകും. രണ്ടു പേരുള്ള വീടുകളിൽ എണ്ണം പറഞ്ഞു കൊടുക്കും. എല്ലാത്തരം വ്യാപാര സഹകരണങ്ങൾക്കും അദ്ദേഹം തയ്യാറാണ്. ബിസിനസ്സിന്റെ ഏറ്റവും നല്ല പാഠങ്ങൾ!

കുട്ടിപ്പട്ടാളങ്ങളുടെ ശല്യമാണ് മാനുപ്പ നേരിടുന്ന ഏറ്റവും വലിയ വെല്ലുവിളി. മീൻകൊട്ടയിലെ ഐസ് മോഷണം ഒരു പരിധിവരെ കുട്ടിക്കളിയായി എടുക്കുമെങ്കിലും പരിധി വിടുമ്പോൾ മാനുപ്പ അങ്ങേരുടെ പരുക്കൻ സ്വരത്തിൽ അലറാൻ തുടങ്ങും, “പോയിനെടാ... കള്ള ഹിമാറുകളെ...!”

മീൻകുട്ടയുടെ അടിയിൽ ഒരു ചെറിയ ദ്വാരമുണ്ടാകും. ഉരുകിയൊഴുകുന്ന ഐസും ചത്ത മീനിന്റെ ചോരയും ചേർന്ന വെള്ളം അതിലൂടെ നടുറോഡിൽ ഒഴുക്കിക്കളയും. മാനുപ്പയെ കണ്ടുപിടിക്കാൻ, ഒന്നുകിൽ ആ വരനോക്കി നടന്നാൽ മതി. അല്ലെങ്കിൽ ആ മണം പിടിച്ച് ചെന്നാലും മതി. നാട്ടിലെ ഊരുതെണ്ടി പൂച്ചകളെല്ലാം അങ്ങനെയാണ് ഓടിയെത്തുന്നത്.

അമ്പതുകളുടെ അവസാനങ്ങളിലും ചെത്തുകാരൻ ചാമിക്ക് അസാധ്യ മെയ്വഴക്കമാണ്. പുലർച്ചെയുള്ള ഈ അഭ്യാസം തന്നെയാണ് അതിന്റെ കാരണം. പനകളും കരിമ്പനകളും തെങ്ങുകളും ചാമിക്ക്

മുന്നിൽ തലകുനിച്ചു കൊടുക്കും. ഭാര്യ മരിച്ചിട്ടും സ്വന്തം മക്കൾ ഉപേക്ഷിച്ചുപോയപ്പോഴും തല കുനിക്കാത്ത മനുഷ്യനു മുന്നിൽ ഈ വൻ മരങ്ങൾ തലകുനിച്ച് കൊടുത്തില്ലെങ്കിലല്ലേ അത്ഭുതപ്പെടേണ്ടതുള്ളൂ! ആരോഗദൃഢഗാത്രനാണ് ചാമി. ആറടി പൊക്കത്തിൽ കരിമ്പനപോലെയുറച്ച ശരീരവും അതിനൊത്ത നിറവും. കൂടിപ്പോയാൽ ഒരു നാൽപ്പത്തിയഞ്ച്, അതിനപ്പുറം പറയില്ല പ്രായം.

കരിയുറുമ്പുകളാണ് ചെത്തുകാരുടെ മുഖ്യശത്രുക്കൾ. അമ്പത്, അറുപതു അടി ഉയരമുള്ള കരിമ്പനകളും തെങ്ങുകളും ചെത്തിയിറങ്ങുന്നത് കാണാൻ ഒരു പ്രത്യേക ചന്തം തന്നെയാണ്. പക്ഷേ, മരത്തിന് മുകളിൽ വെച്ചെങ്ങാനും ഉറുമ്പുകളുടെ ആക്രമണം ഉണ്ടായാൽ...! ശരീരത്തിന് മാത്രമല്ല മനസ്സിനും അസാധ്യ ധൈര്യം വേണം ഈ ജോലിക്ക്. ചാമിക്ക് കുട്ടികൾ ജീവനാണ്. ആരും കാണാതെ നാവിന് രുചിക്കാൻ അയാൾ അവർക്ക് തുള്ളി കള്ള് പനയോലയിൽ ഒഴിച്ച് കൊടുക്കാറുണ്ട്. പനയോലകൊണ്ട് കളിപ്പാട്ടങ്ങളും തൊപ്പിയും ഉണ്ടാക്കി കൊടുക്കും. ഒഴിവുസമയങ്ങളിൽ കരിമ്പനകളിൽ പതുങ്ങിയിരുന്ന്, പാടം കടക്കാൻ അസമയത്ത് വരുന്നവരെ ആക്രമിക്കുന്ന യക്ഷിക്കഥകൾ പറഞ്ഞുകൊടുക്കാറുണ്ട്. വെറ്റയും പാക്കും ചേർത്ത് മുറുക്കിച്ചുവപ്പിച്ച ചുണ്ടുകളിൽ ദംഷ്ട്ര കാണിച്ചു ആർത്തുചിരിക്കുന്ന കരിമ്പന യക്ഷികൾ! 'മുറുക്കാനുണ്ടോ?', 'ചുണ്ണാമ്പുണ്ടോ?' തുടങ്ങിയ ചോദ്യങ്ങളാണത്രേ അവറ്റകൾ ചോദിക്കുക. സംസാരം കേട്ട് തിരിഞ്ഞു നോക്കുന്ന ആരും പേടിച്ചു പോകും. പക്ഷേ, ചുണ്ണാമ്പും മുറുക്കാനും കൊടുത്താൽ രക്ഷപ്പെട്ടു. യക്ഷി ഒന്നും ചെയ്യില്ല. ഇല്ലെങ്കിൽ കഥ കഴിഞ്ഞതുതന്നെ. അതുകൊണ്ട് അന്നാട്ടുകാർ രാത്രി യാത്രയിൽ അരയിൽ മുറുക്കാൻ കരുതുന്നത് പതിവായിരുന്നു. പക്ഷേ, ഇതുവരെ ആ മുറുക്കാൻ വാങ്ങാൻ ഒരു യക്ഷിയും വന്നതുമില്ല! ചെത്തുകഴിഞ്ഞ ഇടവേളകളിൽ സമയം കളയാൻ ചാമി ഒരു പെട്ടിക്കടയിട്ടിട്ടുണ്ട്. മുറുക്കാനും മുട്ടായിയും സോഡയും ഒക്കെയുള്ള ഒരു മാടക്കട... മരം കയറി മടുത്ത കരിമ്പന യക്ഷികൾ ഇപ്പോൾ മുറുക്കാൻ കടകളിലേക്ക് ചേക്കേറിയത് പക്ഷേ ഈ പാവം നാട്ടുകാർ അറിഞ്ഞതേയില്ല!

കറവക്കാരൻ കുമാരന് മൂന്ന് പെൺമക്കളാണ്. മൂന്നുപേരെയും കെട്ടിച്ചുവിട്ടതും രണ്ട് മുറികളുള്ള ഓലപ്പുര വെച്ചതുമെല്ലാം ഈ രണ്ട് പശുവിന്റെ പാലും ചാണകവും വിറ്റാണ്. കുമാരനെ ഗോമാതാവ് നേരിട്ട് ഇറങ്ങി വന്ന് അനുഗ്രഹിച്ചെന്നാണ് കവലച്ചട്ടമ്പിമാർക്കിടയിലെ സംസാരം. മുപ്പത് ലിറ്റർ പാലാണ് ഒരു ദിവസത്തെ കറവ. കാടിവെള്ളം മാത്രം അയൽപക്കത്തെ വീടുകളിൽ നിന്നും വാങ്ങും. പച്ചപ്പുല്ല് നാട്ടിൻ പുറത്തെ മലഞ്ചെരുവുകളിൽനിന്നും പാടത്തുനിന്നും ശേഖരിക്കും. കൊപ്രയാട്ടിയ പിണ്ണാക്കും നെല്ലു കുത്തിയ തവിടുമാണ് കാടിക്കൊപ്പം പശുക്കൾക്ക് കൊടുക്കുന്നത്. ചുരുക്കിപ്പറഞ്ഞാൽ കുമാരേട്ടന്റെ പശു

തരുന്ന പാൽ അത്രകണ്ട് ശുദ്ധമാണ്. എന്നിട്ടും രണ്ടും മൂന്നും ലിറ്റർ പാൽ ബാക്കിയാകുന്നു. ഇങ്ങനെ ബാക്കിയാകുന്ന പാൽ ഉറയൊഴിച്ച് തൈരാക്കി മാറ്റി വിൽക്കുന്നത് കുമാരന്റെ ഭാര്യ കാളിയാണ്. നാഴി തൈരിന് നാലു രൂപ. മനസ്സലിവുള്ളവളാണ് കാളി.

കെട്ടിയോൻ ഇട്ടേച്ച് പോയശേഷം രണ്ടു കുട്ടികളെ നോക്കാൻ പെടാപ്പാട് പെടുകയാണ് കാർത്തു. അവളുടെ കൂരയിൽ അടുപ്പ് പുകയാത്ത ദിവസങ്ങളൊക്കെയും കാളിയാണ് പഴഞ്ചോറും തൈരും കൊടുക്കാറുള്ളത്. മാത്രമല്ല, ചില ദിവസങ്ങളിൽ പുല്ലരിഞ്ഞു കൊണ്ട് വന്നുകൊടുക്കാൻ കാർത്തുവിനെയാണ് ഏല്പിക്കാറുള്ളതും. അഞ്ചോ ആറോ കറ്റ പുല്ലുകൾ കാർത്തു അരിയും. നിശ്ചിത തുകയ്ക്ക് പുറമേ ചോറും തൈരും കൊടുക്കും. ഒത്തിരി മുഷിയാത്ത തുണികളും ചെരുപ്പും കൊടുക്കും. ഇതൊന്നും അധികം ഉണ്ടായിട്ടല്ല, മനസ്സിന്റെ വലുപ്പം കൊണ്ടാണ്. കാർത്തുവിനാകട്ടെ ഇതൊക്കെ വലിയൊരു ആശ്വാസമാണ്. ഇവിടെ അസൂയയ്ക്കും കുശുമ്പിനുമൊന്നും കുറവില്ലായിരിക്കും. എന്നാലും ഒരു നേരമെങ്കിലും ഉണ്ണാതെ ആരും ഉറങ്ങാറില്ല. എന്നുപറയുമ്പോൾ എല്ലാവരും മൂന്നുനേരം വയറ് നിറച്ചുണ്ണുന്നവരാണെന്ന് കരുതല്ലേ. ചക്ക, കപ്പ, കാച്ചിൽ, ചേന, മധുരക്കിഴങ്ങ്... അങ്ങനെ പ്രകൃതിയുടെ അനുഗ്രഹം വേണ്ടുവോളം ഉള്ളൊരു നാടാണിത്. സാങ്കേതികവിദ്യയുടെ അതിപ്രസരത്തിലും മുങ്ങാൻ മടിച്ച അപൂർവ്വം ചില നാടുകളിലൊന്ന്!

ഒരു പാട്ടുപെട്ടി പറഞ്ഞ കഥ

ഒരു വണ്ടി, അരവണ്ടി എന്നീ നാമധേയങ്ങളിൽ സൈക്കിൾ വണ്ടികൾ അരങ്ങുവാണ ഗ്രാമീണ പഞ്ചായത്ത് റോഡുകളിൽ M80 സ്കൂട്ടർ ഒരു അത്ഭുതമാകാൻ വേറെ കാരണങ്ങളൊന്നും വേണ്ടല്ലോ! ഡൈനാമോ ലൈറ്റ് കത്തിച്ച സൈക്കിളുകൾ തന്നെ കൗതുകവസ്തുവായ ആ നാട്ടിലേക്ക് അതിർവരമ്പുകളില്ലാത്ത കൗതുകം കോരിയിട്ടാണ് ആ നാല് 'എവറെഡി' ബാറ്ററിയിൽ പ്രവർത്തിക്കുന്ന പാട്ടുപെട്ടി കടന്നുവന്നതും പിന്നീട് ഒരു ജനതയുടെ സമയഘടികാരമായതും!

ഉറങ്ങിത്തൂങ്ങുന്ന മണ്ണെണ്ണ വിളക്കിന്റെ ചുറ്റും ഒരു കുടുംബമൊന്നിച്ച് അക്ഷമരായി കാത് കൂർപ്പിച്ചു കേട്ടുകൊണ്ടിരുന്ന നാടകങ്ങളും പ്രാദേശിക വാർത്തകളും ചലച്ചിത്ര ഗാനപരിപാടികളും ഇനി വരുന്ന തലമുറയ്ക്ക് എങ്ങനെ പറഞ്ഞു മനസ്സിലാക്കി കൊടുക്കുമെന്നുപോലും യാതൊരു നിശ്ചയവുമില്ല. ആ ഓർമ്മകളെല്ലാം മനസ്സിൽ അത്രകണ്ട് ആഴത്തിൽ പതിഞ്ഞു പോയിരിക്കുന്നു. എത്ര മേഘങ്ങൾകൊണ്ട് മൂടിയാലും ക്ഷണനേരംകൊണ്ട് പുറത്ത് വരുന്ന സൂര്യരശ്മികളെ പോലെ, ആരാലും മൂടിവെയ്ക്കാൻ കഴിയാത്ത ഹൃദയസ്പർശിയായ ഓർമ്മകൾ. മലയാള പ്രക്ഷേപണം നിർത്തുന്ന പതിനൊന്നു മണി എല്ലാവരെയും അല്പമെങ്കിലും വിഷമത്തിലാക്കാറുണ്ടായിരുന്നു. ഒരുപക്ഷേ ഇപ്പോൾ, വൈകുന്നേരങ്ങളിലെ ടെലിവിഷൻ പരമ്പരകൾക്കിടയിൽ കേബിൾ കണക്ഷൻ നഷ്ടപ്പെടുമ്പോൾ, വയോധികവൃന്ദങ്ങൾക്കുണ്ടാകുന്ന രോഷംപോലെ!

ഇളംകാറ്റിലാടുന്ന നെല്ലോലകൾക്കിടയിലൂടെ തേവി വിട്ട വെള്ളത്തിന്റെ കളകളാരവം ശ്രവിച്ച്, മാടിയൊതുക്കിയ പാടവരമ്പുകളിലൂടെ അച്ഛന്റെ തോളിലിരുന്നു, കുഞ്ഞുട്ടേട്ടന്റെ പീടികയിൽ പോകുമ്പോ മനയ്ക്കലെ തമ്പുരാന്റെ പാട്ടുപെട്ടിയിൽ നിന്നും 'വയലും വീടും' പരിപാടിയുടെ കോറസ് ബി ജി എം ഒഴുകിത്തുടങ്ങിയിട്ടുണ്ടാകും. അച്ഛന്റെ ആകാശനീലനിറത്തിലുള്ള വി.കെ.സി ചെരുപ്പിൽ കണ്ടത്തിലെ വെള്ളം തട്ടി കഴിഞ്ഞാൽപ്പിന്നെ തവളകളും ചെരുപ്പും തമ്മിൽ പൊരിഞ്ഞയുദ്ധം തന്നെ നടക്കും. ഒരു മാതിരി ഒരു 'കെര കെര' ശബ്ദം!

ആ പാട്ടുപെട്ടിയുടെ ശബ്ദം നേർത്ത് നേർത്ത് വിണ്ണിലൊളിക്കുമ്പോഴും അതിനു വേണ്ടി കാത് കൂർപ്പിക്കുന്നത് ഒരു സുഖായിരുന്നു. ഇടയ്ക്ക് അച്ഛൻ പറയും "കുട്ട്യേ മുറുക്കിപ്പിടിച്ചോ, അച്ഛ വേഗം നടക്കും. നാടകം തൊടങ്ങുമ്പോഴേക്കും വീടെത്തണം." ഞാൻ 'ഉം' എന്നു മൂളി, അച്ഛന്റെ കഴുത്തിൽ ചുറ്റിപിടിക്കും. അപ്പോഴേക്കും കുഞ്ഞുട്ട്യേട്ടന്റെ കടയിലെ പാട്ടുപെട്ടിയിൽ 'കമ്പോള വിലനിലവാരം' പറയണ കേൾക്കാം. 'ചാത്തു ചേനാരെ' എന്ന നീട്ടിയ വിളിയിൽ തെല്ലുപോലും കാപട്യം ഒളിഞ്ഞിരിപ്പില്ലായിരിക്കും. പണത്തെ സ്നേഹിക്കാൻ പഠിക്കുന്നതിന് ഒരുപാട് മുമ്പ് ഈ വിളികൾ വെറ്റമുറുക്കിയ ചിരികളോടൊപ്പം പാലക്കാടിന്റെ ഉൾനാടൻ ഗ്രാമങ്ങളിൽ ഒത്തിരി അലയടിച്ചിട്ടുള്ളതാണ്!

അരിയും സാധനങ്ങളും വാങ്ങി തിരിച്ചു പോകാനൊരുങ്ങുമ്പോൾ എന്നത്തെയും പോലെ 'ന്നാടാ കുട്ടി ചേനാരെ' എന്നു പറഞ്ഞു ഒരു തുണ്ട് ചക്കര അച്ച് വച്ചു നീട്ടും കുഞ്ഞുട്ട്യേട്ടൻ. കുലീനവദനനായി ഞാൻ അത് വലതുകൈകൊണ്ട് സ്വീകരിക്കും, സ്നേഹപൂർവ്വം ആദ്യത്തെ നക്കും കൊടുത്ത് വലതു കൈയിൽ ശർക്കരയച്ചും ഇടത് കൈയിൽ 'സന്ധ്യ' അഗർബത്തിയും നാല് ചുവന്ന 'എവറെഡി' ബാറ്ററിയും പിടിച്ച് അച്ഛന്റെ തോളിനായി കാത്തു നിൽക്കും. ഒരു ചൂട്ടെടുത്തു കത്തിച്ച് 'ശൂ..ശൂ' എന്ന് വീശി ആളി കത്തിക്കുമ്പോൾ അച്ഛന്റെ ചുണ്ടിലെ കാജാ ബീഡി അവസാനശ്വാസം വലിക്കുകയായിരിക്കും. ഓലയിലെ തീ ആളിപ്പടരും. ഇരുട്ടിനെ വകഞ്ഞുമാറ്റി ആ തീ ഞങ്ങൾക്ക് മുന്നിൽ നടക്കും. ഒടുവിൽ എട്ടരയുടെ നാടകം കേൾക്കാനുള്ള തയ്യാറെടുപ്പോടുകൂടി ഞങ്ങൾ തിരിച്ചു നടക്കുമ്പോൾ ഇരുട്ടിന്റെ തടവറയിലേക്ക് വലിച്ചിഴക്കപ്പെട്ടതിന്റെ വേദന ചില മരക്കൊമ്പുകളിൽ പെയ്തുകൊണ്ടേയിരുന്നു. അപ്പോഴും കുഞ്ഞുട്ട്യേട്ടന്റെ കടയിലെ പാട്ടുപെട്ടിക്ക് പറയാൻ ഒത്തിരി വിശേഷങ്ങൾ ബാക്കിയായിരിക്കും.

വീട്ടിലേക്കുള്ള മടക്കയാത്രകൾ എല്ലാവർക്കും ഒരുപോലെയാണ്. ദൂരം ചെറുതോ വലുതോ ആകട്ടെ വേഗം കാലറിയാതെ ധൃതി കൂട്ടും. പഞ്ചായത്ത് റോഡിൽനിന്നും പാടവരമ്പിലേക്കും പാടവരമ്പിൽനിന്നും മനയ്ക്കലെ പറമ്പിലേക്കും മനയ്ക്കലെ പറമ്പിൽനിന്നും കുണ്ടനിടവഴിയിലേക്കും യാത്ര പുരോഗമിക്കുമ്പോൾ എന്നിലെ കൗതുകം ചോദ്യശരങ്ങളായി വരും...

"അച്ഛേ, ഈ ബാറ്ററി എന്തിനാ?"

"ടോർച്ചിൽ ഇടാൻ."

"അപ്പൊ റേഡിയോയിലോ."

"ടോർച്ച് വേണ്ടാത്തപ്പോൾ, റേഡിയോയിലിടാം."

"അപ്പോ ബാറ്ററി തീർന്നാലോ?"

"അമ്മ ബാറ്ററി കരിയാക്കി ചാണകം മെഴുകുമ്പോൾ കൂടെ ചേർ ത്തോളും."

"അതെന്തിനാ അങ്ങനെ?"

"നല്ല കറുപ്പുനിറം കിട്ടും, നല്ല ഈടും കിട്ടും!"

"അമ്മ സൂപ്പറാ. ല്ലേ അച്ഛാ..."

"ഹ... ഹ..." അച്ഛന്റെ ചിരി. വല്ലപ്പോഴുമുള്ള കാഴ്ച.

ചോദ്യങ്ങളും ഉത്തരങ്ങളും മുണ്ഡ്യാറക്കുന്ന് കയറുമ്പോൾ, ഓരോ വീടുകളിലെയും പാട്ടുപെട്ടികൾ ഒരേ സ്റ്റേഷനിൽ വ്യത്യസ്ത നാദങ്ങളിൽ ആ ഗ്രാമീണവീഥികളിൽ അലയടിക്കുന്നുണ്ടാകും. (ബാറ്ററി തീരുമ്പോൾ റേഡിയോയുടെ ശബ്ദം മാറിക്കൊണ്ടേയിരിക്കും). അപ്പോൾ മുറ്റത്തെ ചായ്പിൽനിന്നും കൂർക്ക ഉപ്പേരി വറവിടുന്ന മണം ഞങ്ങളെയും തേടി പടിപ്പുരയും കടന്നെത്തും.

തിരക്കിനിടയിൽ വീണുകിട്ടാറുള്ള ചെറിയ ഇടവേളകളിൽപോലും ഞാൻ തനിച്ചിരിക്കാറാണ് പതിവ്. ഏകാന്തതയും നിശ്ശബ്ദതയും അത്ര മേൽ എന്നെ കീഴടക്കിയിരുന്നു. അല്ലെങ്കിൽ, ഒന്നു തോളിൽ തട്ടി, 'വാടാ ഒന്നു കറങ്ങിയേച്ചും വരാം. അല്ലേൽ ഒരു സിനിമയ്ക്ക് പോയാലോ' എന്നൊക്കെ ചോദിച്ച് എന്റെ ചിന്തകളെ വഴിമാറ്റി വിടാൻ തക്ക നിസ്വാർ ത്ഥരായ ഇരുകാലികളുടെ അഭാവമായിരിക്കും എന്റെ ഏറ്റവും നല്ലകൂട്ടു കാരനായി 'എന്നെ' തന്നെ തിരഞ്ഞെടുക്കാൻ പ്രേരിപ്പിച്ചത്. തെറ്റു പറയരുതല്ലോ. ഒരായുസ്സു മൊത്തം തനിച്ചിരുന്നാലും ഓർത്തെടുത്ത് കൊറിക്കാൻ മാത്രം ഹൃദ്യമായ ഓർമ്മകൾ ഈ നാടെനിക്ക് സമ്മാനി ച്ചിട്ടുണ്ട്.

പതിവില്ലാതെ തണുത്തുപോയ മറ്റൊരു പുലരി. രാവിലെ വിളക്ക് വെയ്ക്കാൻ തീപ്പെട്ടിയും കൊള്ളിയും തമ്മിൽ എന്തെന്നില്ലാത്ത പരിഭവം. മഴമേഘങ്ങൾ വിരഹമഴ പെയ്യിപ്പിച്ചപ്പോൾ അതത്രയും ശിരസ്സേറ്റു വാങ്ങിയതിന്റെ ഫലമായി ഒടുക്കത്തെ ശരീരവേദനയും മൂക്കൊലിപ്പും മാത്രം ബാക്കിയായി. പല കുറുക്കുവഴികളും നോക്കി. ഒന്നും ഫലം കണ്ടില്ല. വേദന തലയ്ക്ക് പിടിച്ച് ഞെരിപിരികൊള്ളാൻ തുടങ്ങി. ഒടുവിൽ അച്ഛൻ വൈദ്യനാകാൻ തീരുമാനിച്ചു. ഒരു രോഗിയായി അച്ഛന്റെ മുന്നിൽ അധികം ഇരുന്നുകൊടുത്തിട്ടില്ല എന്നതാണ് സത്യം.

ഷർട്ട് ഊരി അച്ഛന്റെ മുന്നിൽ ഇരുന്നപ്പോൾ, ഒരുപാട് ചെറുതായ പോലെ. പേരറിയാത്ത ഒരു സമ്മിശ്ര വികാരമെന്നെ പലവുരു പിടിച്ചു കുലുക്കി. അച്ഛൻ ഏതോ വൈദ്യൻ കൊടുത്ത തൈലം കൈയിൽ പുരട്ടി വേദനയുള്ള ഭാഗം മുഴുവൻ തിരുമ്മിത്തന്നു. അച്ഛന്റെ പരുക്കൻ കൈ ദേഹത്ത് തട്ടിയപ്പോഴേ പാതി വേദന പമ്പ കടന്നു. പക്ഷേ, വേദന യപ്പോൾ ഹൃദയത്തിലേക്ക് ചേക്കേറിയപോലെ തോന്നി. എഴുപത്തി യഞ്ചിന്റെ നിറവിൽ ഇതിലും പരുക്കനായ ഒരു കൈ വേറെ കാണില്ല,

ഉറപ്പ്. ഒരായുസ്സ് മൊത്തം മണ്ണിനോട് മൽപ്പിടിച്ച കൈകൾ എങ്ങനെ മൃദുലമാകാനാണ്.

അച്ഛൻ എന്നെ ഉഴിഞ്ഞ ഓരോ നിമിഷവും വർഷങ്ങളോളം പിറകോട്ട് പായിച്ചു. ഇടയ്ക്കെപ്പോഴോ അമ്മയും ഓർമ്മകളിൽ വിരുന്നു വന്നു. പണ്ട്, തിരുവാതിരയ്ക്ക് വാശിപിടിച്ച് മുറ്റത്തെ പുളിമരത്തിൽ ഊഞ്ഞാലിടിയിപ്പിച്ചതും ആരും കാണാതെ ഊഞ്ഞാലാടി തെന്നി വീണു കൈ ഒടിഞ്ഞതും അച്ഛച്ഛനും അമ്മമ്മയും അയൽപക്കത്തെ മൂസക്കുട്ടി വല്ല്യുപ്പായുമെല്ലാം അച്ഛനെ വഴക്കു പറഞ്ഞതും കൈയിൽ പ്ലാസ്റ്റർ ഇട്ട് വന്ന എന്നോട് കൈ ശരിയായാൽ വീണ്ടും കെട്ടിത്തരാം എന്നു പറഞ്ഞു ഊഞ്ഞാൽ അഴിച്ചതും അന്ന് രാത്രി കരഞ്ഞുറങ്ങിയ എന്റെ നെറ്റിയിൽ തലോടി അമ്മയോട് 'എന്റെ കുട്ടിക്ക് ഞാൻ കാരണം ബുദ്ധിമുട്ടുണ്ടായെന്ന്' സങ്കടം പറഞ്ഞത് പാതിയുറക്കത്തിൽ കണ്ണടച്ച് കേട്ടുകിടന്നതുമെല്ലാം ഇന്നലെ നടന്നപോലെ ഓർമ്മകളിൽ തികട്ടി വന്നു. കണ്ണു കലങ്ങാതിരിക്കാൻ പരമാവധി ശ്രമിച്ചെങ്കിലും കഴിഞ്ഞില്ല. വേദന കൊണ്ടാണെന്നു കള്ളം പറഞ്ഞെങ്കിലും... 'എന്റെ അച്ഛനല്ലേ...'

ഓർമ്മയിൽ ഒരിക്കലാണ് അച്ഛൻ എന്നെ കെട്ടിപ്പിടിച്ചത്. ഒരിക്കൽ മാത്രമേ നെറുകയിൽ തലോടിയിട്ടുള്ളൂ. അന്നിത്രയും പരുക്കനായിട്ടില്ല അച്ഛന്റെ കൈകൾ. ഇന്ന് കൈ നഖങ്ങളെല്ലാം ഒത്തിരി മുരടനായിട്ടുണ്ട്. പല്ലുകൾ പലതും പറഞ്ഞുപോയി. കവിളൊട്ടി, മുഖത്തും കൈകളിലും ചുളുക്കു വീണു. ഞെരമ്പുകൾ എടുത്തറിയുന്നു. സർവോപരി മുടിയിഴകളിൽ ധവളവർണ്ണം പടർന്നു. വാർദ്ധക്യം രണ്ടാംബാല്യം എന്നു കേട്ടിട്ടില്ലേ. ഞാനും 'ഒരച്ഛനാവാൻ' തയ്യാറെടുത്തുകഴിഞ്ഞു.

മാറ്റത്തിന്റെ കാലത്തും മാറ്റമില്ലാത്ത ചിലത്

ഇരുപത്തൊന്നാം നൂറ്റാണ്ടിന്റെ സന്തതികൾക്ക് അല്പം വിരസത തോന്നിയേക്കാവുന്ന ചില ചിതലരിച്ച കാഴ്ചകൾ ഒളിഞ്ഞിരിപ്പുണ്ട് ഈ നാട്ടിൽ. കല്പിത കഥകൾ (ഫിക്ഷൻ) കണ്ടും വായിച്ചും വളരുന്ന യുവതലമുറയോട് അതിലേറെ വർഷങ്ങൾ ഓർമ്മകളിലൂടെ പിറകോട്ട് നടക്കാൻ പറയുന്നത് ഒട്ടും ശരിയല്ലെന്നറിയാം. എങ്കിലും, ആ കവി വചനം മനസ്സിൽ സ്മരിക്കാം... ഓടുന്ന പട്ടിക്ക് ഒരുമുഴം മുന്നേയെന്നവണ്ണം ഇന്ന് ജീവിതത്തിന്റെ കടിഞ്ഞാൺ സാങ്കേതികവിദ്യയുടെ അതിപ്രസരത്തിൽ നിക്ഷിപ്തമായിരിക്കുന്നു. എങ്കിലും, കാലമെത്ര കഴിഞ്ഞാലും കൊട്ടിഘോഷിക്കപ്പെടുന്ന വികസനങ്ങൾക്കപ്പുറം മനസ്സിൽ ഒരല്പം ഗ്രാമീണത ബാക്കിയാക്കിത്തന്നെ വെയ്ക്കാം. അമ്പതിന്റെ അവസാനങ്ങളിലോ അറുപതിന്റെ ആദ്യങ്ങളിലോ കോൺക്രീറ്റ് കൂരയുള്ള വൃദ്ധസദനങ്ങളുടെ ഇടനാഴിയിൽ ഒറ്റയ്ക്കിരുന്നു മുഷിയുമ്പോഴോ അംബരചുംബികളായ ബഹുനിലകെട്ടിടങ്ങളുടെ ശീതീകരിച്ച മുറികളിൽ, ആരോ കുറിച്ച സമയക്രമങ്ങളോടൊപ്പം ഒറ്റയ്ക്ക് വാർദ്ധക്യം തള്ളിനീക്കുമ്പോഴോ, അടിഞ്ഞുകൂടിയ ഓർമ്മകളിൽനിന്നും ചികഞ്ഞെടുത്ത് കൊറിക്കാമല്ലോ.

കിഴക്കേക്കര, വടക്കേക്കര, തെക്കുംഭാഗം പിന്നെ പടിഞ്ഞാറുംഭാഗം. അങ്ങനെ പല തട്ടുകളായി തിരിച്ച ഗ്രാമപ്രദേശങ്ങൾ. ഇവരെയെല്ലാം ഒരു കുടക്കീഴിൽ ഒരുമിപ്പിക്കുന്നതാകട്ടെ അറേക്കാവിലെ പൂരത്തിനോ മുത്തശ്ശിയാർകാവിലെ കാളവേലയ്ക്കോ ഒക്കെയാണ്. പിന്നെയുമുണ്ട് കേട്ടോ, എല്ലാ വർഷവും നബിദിനത്തിന് ദഫ്മുട്ടും മദഹ് ഗാനങ്ങളുമൊക്കെയായി അലങ്കരിച്ച ജീപ്പിന് പുറകെ മദ്രസക്കുട്ടികളുടെ കലാപരിപാടികളുണ്ടാകും. ഖൽബ് പങ്കിടുന്ന മദഹ് ഗാനങ്ങളും അതിലേറെയഴകുള്ള ചുവടുവെപ്പുകളുമായി റാലി പോകുന്നത് കാണാനായി ആ നാട്ടിലെ സകലമാന ആളുകളും തടിച്ചുകൂടും. മുഹമ്മദ് നബിയെക്കുറിച്ച് പോരിശ പറയുന്ന മദഹ് ഗാനങ്ങൾ കുറച്ചു നേരമെങ്കിലും ജാതിമത വ്യത്യാസമില്ലാതെ കേട്ടു നിൽക്കുന്നവരുടെ ചുണ്ടിൽ തത്തികളിക്കും,

"പാടി ബിലാലെന്ന പൂങ്കുയില്,
പണ്ട് പാവന ദീനിൻ തേനിശല്!
കാടിളകും കാഫിർ കൂട്ടത്തില്,
പുണ്യ കലിമത്തുറപ്പിച്ച പൂങ്കരള്...!"

നമ്മുടെ കുട്ടികൾക്ക് നമ്മളല്ലെങ്കിൽ പിന്നെയാര് പ്രോത്സാഹനം കൊടുക്കാനാണ്? തൂവെള്ള നിറത്തിലുള്ള കുപ്പായത്തിൽ കുറെ മാലാഖ ക്കുഞ്ഞുങ്ങൾ വരിവരിയായങ്ങനെ ആ വാഹനത്തെ അനുഗമിക്കും. റാലി കാണാൻ വന്ന എല്ലാവർക്കും നാരങ്ങാവെള്ളവും ബിസ്ക്കറ്റും കൊടുക്കും. 25 പൈസ വലുപ്പത്തിൽ ഇംഗ്ലീഷ് അക്ഷരങ്ങൾ എഴുതിയ ബിസ്ക്കറ്റ്. ഇന്നുവരെ കഴിച്ച ഏതൊരു മധുരത്തേക്കാളും ആ രുചികൾ മറക്കാൻ എന്റെ സ്വാദ്മുകുളങ്ങൾക്ക് കഴിഞ്ഞിട്ടില്ല. മുള്ളുവേലിക്കപ്പുറം നിന്ന് എത്തിനോക്കുന്ന പെണ്ണുങ്ങൾക്കും റോഡിന്റെ ഒരുവശത്തുകൂടി നിൽക്കുന്ന ആണുങ്ങൾക്കും ബഹളം വെച്ച് ഓടിനടക്കുന്ന കുട്ടിപ്പട്ടാള ങ്ങൾക്കുമടക്കം എല്ലാർക്കും കിട്ടും ഒരു പിടി ബിസ്ക്കറ്റ്. നടക്കാൻ വയ്യാത്ത കാരണവരുള്ളവരുടെ വീട്ടിൽ കൊണ്ടുകൊടുക്കും. ചിലപ്പോ കുഞ്ഞാവാക്കയാകും ബിസ്കറ്റ് കൊടുക്കുന്നത്, മറ്റു ചിലപ്പോൾ അബ്ദുക്കാക്ക. ഇവരിൽ ആരാണേലും ബിസ്ക്കറ്റ് കൊടുക്കുമ്പോൾ ലുബ്ധ് കാണിക്കാറില്ലെന്നതാണ് ആശ്വാസം.

റാലി പോയ്ക്കഴിയുമ്പോൾ കുട്ടികൾ വീണ്ടും ഒരുമിച്ച് കൂടും. എന്നിട്ട് അക്ഷരങ്ങൾ തിരയും. സ്വന്തം പേരിന്റെ ഇംഗ്ലീഷ് അക്ഷരങ്ങൾ അങ്ങോട്ടും ഇങ്ങോട്ടും കൊടുത്തും വാങ്ങിയും അവർ ആ നല്ല സമയം തങ്ങളുടേതാക്കും. ഇവിടെ ഒരു ജാതിയെയുള്ളൂ, ഒരു മതമേയുള്ളൂ. ദൈവത്തിന്റെ കാര്യത്തിലും അങ്ങനെ തന്നെ. പക്ഷേ കള്ളുണ്ടാക്കാ തിരിക്കാനും അത് വിൽക്കാതിരിക്കാനും ഇവർക്ക് കഴിഞ്ഞില്ല. ആരുടെയോ ശാപമെന്നോണം ഇപ്പോഴും ഇരുട്ടിൽ തപ്പുകയാണ് ഈ ഗ്രാമവാസികൾ. ഇനിയെന്നാണ്, മറ്റൊരു ഇലാമപ്പഴവുമായി ഈ നാടിന് ശാപമോക്ഷം നൽകാൻ അയാൾ കടന്നുവരിക?

ഒരാൾ പൊക്കത്തിൽ, കഷ്ടിച്ച് മൂന്നടി വീതിയുള്ള കുണ്ടനിടവഴി കളിലൂടെയുള്ള യാത്രകൾ അപരിചിതർക്ക്, ആശങ്ക മാത്രമേ സമ്മാനി ക്കുകയുള്ളൂ. ഓരോ തിരിവിലും കാത്തിരിക്കുന്ന അപകടങ്ങളെയോർത്ത് വെറുതെ ഉള്ളു കലങ്ങും. ഇഴജന്തുക്കളും തെരുവുനായ്ക്കളും വിലസുന്ന വഴികളിൽ, വരാൻ പോകുന്ന ഓരോ നിമിഷങ്ങളും കരുതലോടെ വേണം നടക്കാൻ. രാത്രിയിൽ ഓലച്ചൂട്ടുകൾ വീശി വീശി നടക്കും. ഒറ്റയ്ക്കാ ണേൽ നാടൻപാട്ടുകൾ ചുണ്ടിൽ തത്തിക്കളിക്കും. പാട്ടുകൾ പേടിമാറ്റു മെന്നാണ് മുണ്ടിത്തള്ള പറയാറുള്ളത്. എതിരെ നടന്നുവരുന്നവർക്ക് വല്യ ആശ്വാസമായിരുന്നു ഈ പാട്ടുകൾ. ഒരു വരിക്ക് മറുവരിയായി എത്ര യെത്ര യാത്രകൾക്കാണ് ഈ ഇടവഴികൾ സാക്ഷിയായത്.

നടന്നാലും നടന്നാലും തീരാത്ത വളവുകളൊക്കെയും കല്ലും ചളിയും കൂന കൂടികിടക്കുകയാണ്. നാടെങ്ങോരം വികസിച്ചെന്ന് ആരൊക്കെ പറഞ്ഞാലും ഞാൻ മുഖം തിരിച്ചു നടക്കുകയെയുള്ളൂ. സമ്പൂർണ്ണമായി വൈദ്യുതീകരിച്ച ഒരു ജില്ലയിലെ അവസ്ഥയാണിതെന്നത് ഒരേസമയം ചിരിപ്പിക്കുകയും ചിന്തിപ്പിക്കുകയും ചെയ്തു. ഒരു ഉണ്ട ബൾബെങ്കിലും കത്തിക്കാനുള്ള കറണ്ട് തന്നിരുന്നെങ്കിലെന്ന് ആരായാലും ആത്മാർത്ഥ മായി ആശിച്ചു പോകും. പക്ഷേ, ഇവിടുത്തുകാർക്ക് കറുപ്പിനെ പേടിയില്ല, ഇരുട്ടിനെ പേടിയില്ല. പകരം ഹരമാണ്. വെളുത്ത പകലിൽ കണ്ണുകളിൽ കാമവും വിദ്വേഷവും മാത്രം നിറയ്ക്കുന്നവർ ഇരുട്ടിന്റെ കറുപ്പിൽ കാഴ്ച മങ്ങുമ്പോൾ ഒന്നു പിടയും. രാവിലെ കണ്ടതൊന്നും ഇരുട്ടിന്റെ മറവി ലപ്പോൾ കൂട്ടുവരില്ല. മനസ്സും കണ്ണും ഒരുമിച്ച് വെളിച്ചം തേടി പോകും. പക്ഷേ മനസ്സ് കണ്ണാക്കിയവർക്കു മുന്നിലുള്ളത് കാണാൻ വെളിച്ചം വേണ്ടല്ലോ?

കറുത്ത രാത്രിയുടെ മാറിൽ കോടയിറങ്ങുമ്പോൾ ഇവിടുത്തെ കുടിയാൻ കുടുംബങ്ങളിലൊക്കെയൊന്നു പോകണം. പട്ടുമെത്തയിൽ അലുവാതുണ്ട് പോലെയുള്ള പുത്തൻ ഫോണിൽ തോണ്ടി തോണ്ടി കിടന്നു ഉറക്കത്തെ വിളിച്ചു വരുത്തുന്നവരെല്ലാം കാണേണ്ട കാഴ്ച. ഓലക്കീറും പനമ്പട്ടയും പിന്നെ കളഞ്ഞു കിട്ടിയ പ്ലാസ്റ്റിക് ചാക്കോ അല്ലെങ്കിൽ തോറ്റ സ്ഥാനാർത്ഥിയുടെ ഫ്ളക്സ് ഷീറ്റുകളോ കൊണ്ട് മേൽക്കൂരയിട്ട വീട്ടിലെ, ചാണകമെഴുകിയ തറയിൽ ഓലപ്പായയിൽ അച്ഛന്റേം അമ്മേടേം നടുവിൽ കിടന്നുറങ്ങണ കുഞ്ഞിന്റെ സുഖം, സുരക്ഷിതത്വം...! ഒറ്റമഴയ്ക്കോ അതോ ഒരു ചെറിയ കാറ്റിനോ കാർന്നു തിന്നാവുന്ന സ്വപ്നങ്ങളേ തൊലി കറുത്ത അവറ്റകളുടെ ഹൃദയത്തിലു ണ്ടാകാനിടയുള്ളൂ. പക്ഷേ, ആ സ്വപ്നങ്ങളത്രയും ഒരുമിച്ച് നിന്ന് നേടി യെടുക്കാൻ, വിശപ്പ് മറന്നു മണ്ണിൽ കിളയ്ക്കാൻ, സമയത്തെ പിന്നിലാ ക്കാൻ, അതിനുള്ള ഒരിച്ചിരി 'വെളുപ്പ്' ഓരോ വീട്ടിലും ഇന്നും ബാക്കി യുണ്ട്.

പതിവ് തെറ്റിച്ച് നട്ടുച്ചയ്ക്ക് പെയ്ത മഴയ്ക്ക്, കടപുഴകി വീണ അമ്പാഴത്തിൽ കുഞ്ഞു കായ്കൾ കായ്ച്ചു തുടങ്ങിയതേ ഉണ്ടായി രുന്നുള്ളൂ. ഉപ്പുകൂട്ടി കഴിക്കാൻ മാങ്ങയേക്കാൾ രുചി അമ്പാഴങ്ങയ്ക്കാണ്. ഒരിഞ്ച് വലിപ്പമുള്ള കായ്കൾ വേണം കഴിക്കാൻ. സ്വാദ് മുകുള ങ്ങൾക്ക് താങ്ങാൻ കഴിയുന്ന ഏറ്റവും രുചികരമായ പുളി ഈ കാട്ടു പഴത്തിനാണ്. ഉപ്പിലിട്ട അമ്പാഴങ്ങയും കാന്താരി ഞെരടിയതും പിന്നെ പഴഞ്ചോറും. ഹയ്യട...! നാവിൽ അറിയാതെയൊരു സുനാമി തിരയടിച്ചു. നാളെയിതും വിദേശികൾ തീൻമേശയിലെത്തിക്കുമോ എന്ന ചോദ്യം ബാക്കിയാക്കി ഞാൻ നടന്നു. കൈയെത്തും ദൂരത്തിൽ നിന്നിരുന്ന കായ് കളത്രയും പറിച്ചെടുക്കാൻ മറന്നതുമില്ല.

ഇടവഴിയുടെ ഇരുവശത്തും പൊത്തിലിരുന്ന മാക്കാച്ചി തവളകൾ അട്ടഹസിക്കാൻ തുടങ്ങിയിരിക്കുന്നു! തവള കരയുമ്പോഴാണ് മഴ പെയ്യുന്നത് എന്ന ഭൂലോക കണ്ടുപിടുത്തം നടത്തിയ 'അമ്മുക്കുട്ടിയെ' മനസ്സുകൊണ്ട് ഓർത്തു. ഉള്ളിൽ ചിരിക്കാതിരിക്കാൻ കഴിഞ്ഞില്ല. മുണ്ഡ്യാറ കുന്നിൽ ഇടവപ്പാതി കനക്കുന്നത് ഒരു നേർത്ത നാദംപോലെ ഇരു കർണങ്ങളേയും തേടിയെത്തി. നടന്നു തീർക്കാനുള്ള ദൂരം കാലിൽ ചിലങ്ക കെട്ടിയാടാൻ തുടങ്ങി.

ചേറ് മണക്കുന്ന ബാല്യം

സാങ്കേതികവിദ്യകൾ എത്ര വികസിച്ചാലും അത് അവസാനം ബാധിക്കുന്ന ഒരു ജനതയാണ് ഈ ഗ്രാമത്തിലുള്ളത്. പഴമയെ ഇഷ്ടപ്പെടുന്നത് കൊണ്ട് മാത്രമല്ല വിദ്യാഭ്യാസത്തിന്റ കുറവും വാറ്റു ചാരായത്തിന്റെ അപ്രമാദിത്വവും കാരണമാണ്. എങ്കിലും... നാട്ടിലേക്കുള്ള മടക്കയാത്രകളൊക്കെയും ഒരമ്മയും കുഞ്ഞും തമ്മിലുള്ള വൈകാരിക ബന്ധം പോലെ പവിത്രമായി കൊണ്ട് നടക്കുവാനിഷ്ടപ്പെടുന്നയാളാണ് ഞാൻ. അമ്മയ്ക്കെങ്ങനെ തന്റെ കുഞ്ഞിനെ തള്ളിപ്പറയാൻ കഴിയും അല്ലെ?

ഇടവപ്പാതി കനക്കുമ്പോൾ, നാട്ടിലെ പാടവും കുളങ്ങളും കിണറുകളുമെല്ലാം ഒരുപോലെ നിറയും. വേനലിന്റെ വറുതിയിൽ അടിഞ്ഞ സകല മാലിന്യങ്ങളും കടലുതേടി പോകും... ഒഴുകാൻ തുടങ്ങുന്ന കുളങ്ങളിൽ കുളവാഴ പുഷ്പിക്കും. വയലറ്റ് നിറമുള്ള പൂക്കൾ, ഓർക്കിഡ് പുഷ്പങ്ങളെ ഓർമ്മിപ്പിക്കും! കുളവാഴച്ചണ്ടികൾ എത്ര വലിച്ചു കളഞ്ഞാലും വീണ്ടും വീണ്ടും പെരുകി വരും. പണ്ടത്തെ ബി.എസ്. എൻ.എൽ കണക്ഷൻ പോലെയാണ്, ഉപയോഗിച്ചാലും ഇല്ലേലും ബില്ല് വരുമെന്ന അവസ്ഥ! എങ്കിലും, പിള്ളേര്സെറ്റിനു അതൊരു ഹരമാണ്. കുട്ടിക്കരണം മറിഞ്ഞു നീന്തി തിമിർക്കാൻ സ്ഥലം വേണമല്ലോ... കുളവാഴകൾ അതിനൊരു തടസ്സമാകരുതല്ലോ...!

ചില കുട്ടിസ്രാങ്കുകൾ നീന്തി തിമിർക്കുമ്പോൾ, മറ്റുള്ളവർക്ക് ഹരം, ചൂണ്ടയിട്ടു മീൻപിടിക്കാനാണ്. വീടായ വീടുകളൊക്കെ കയറിയിറങ്ങി ചെളിയടിഞ്ഞ സ്ഥലത്ത് നിന്നും മണ്ണിരയെ പിടിക്കുന്നത് എത്ര ആത്മാർത്ഥതയോടാണെന്നറിയാമോ? കൃഷിയിടങ്ങൾ, പശുത്തൊഴുത്തിന്റെ പിന്നാമ്പുറങ്ങൾ, പാത്രം കഴുകുന്ന ചാരം വീണ ചെളിയിടങ്ങൾ... അങ്ങനെയങ്ങനെ...! അതു മാത്രമോ തെങ്ങിന് ചുവടെടുക്കുന്ന വല്യച്ഛന്മാരോടെല്ലാം പറയും തൂമ്പയുടെ ഇടി കൊണ്ട് രണ്ടാകുന്ന മണ്ണിരയെ മാറ്റിവെയ്ക്കാൻ! ആകെ മൊത്തം ഒരു തൃശ്ശൂർ പൂരത്തിന്റെ പുറപ്പാട് പോലെയുള്ള എല്ലാ ഒരുക്കങ്ങളും ചെയ്താണ് കുട്ടിപ്പട്ടാളം ഇറങ്ങി പുറപ്പെടുന്നത്. ഐശ്വര്യമായി ചാടി തിമിർത്തൊരു കുളി; അതിനു

തോർത്ത്, സോപ്പ്, ചകിരി അല്ലെങ്കിൽ ഉണങ്ങിയ പീച്ചിങ്ങ. ചൂണ്ടയിടാൻ ചൂണ്ട, ഈര, കൊളുത്ത്, ഏറ്റവും പ്രധാനം മണ്ണിര. പോരാത്തതിന് പിടിച്ച മീൻ സൂക്ഷിക്കാൻ ഓട്ടയില്ലാത്ത പ്ലാസ്റ്റിക് കവർ. ഇനി ഓട്ട ഉണ്ടേൽ ഞങ്ങള് അതിൽ കുരുക്കിട്ട് കെട്ടി ഉപയോഗിക്കും. കളി നമ്മ ളോടോ ബാലാ എന്നു വെപ്പ്...! വിശപ്പ് മൂക്കുമ്പോൾ കടിച്ച് പറിക്കാൻ, ഒന്നുകിൽ മാങ്ങ, അല്ലെങ്കിൽ അമ്പഴങ്ങ കൂടെ ഉപ്പ് മുളകുപൊടി മിശ്രിതം. അതുമല്ലെങ്കിൽ തൊണ്ട് കളഞ്ഞ കൊട്ടതേങ്ങ (അതും ആരാന്റെ പറമ്പിലെ), പുളിങ്കുരു ചുട്ടത്, അല്ലെങ്കിൽ പൊട്ടാളക്കായ ചുട്ടത്. ഇതൊക്കെ ഉള്ളവൻ ഇച്ചിരി ഹുങ്കും കൂടെകൊണ്ടേ വരൂ! എല്ലാരും പണി യെടുക്കാൻ ഇഷ്ടപ്പെടുന്നവരല്ലലോ, അത് കുട്ടികളായാലും മുതിർന്ന വരായലും എല്ലാം ഒന്നുതന്നെ...! പിന്നെ, ഒരുകാര്യം പ്രത്യേകം ശ്രദ്ധി ക്കണം, പുളിങ്കുരു തിന്നുന്നവർ അത് കടിച്ചു പൊട്ടിക്കരുത്, ശബ്ദം കേട്ടാൽ മീൻ കൊത്തില്ല എന്നാണ് ശാസ്ത്രം...! രാവിലെ തുടങ്ങുന്ന പടപ്പുറപ്പാടിനു ഉച്ചയ്ക്ക് ഒരു മണിവരെ ദൈർഘ്യമുണ്ട്. വെയില് ചൂടായാൽ മീൻ പൊങ്ങിവരില്ലെന്നത് മറ്റൊരു ശാസ്ത്രം!

നിറഞ്ഞ കുളങ്ങളാകട്ടെ, ബാക്കി വരുന്ന വെള്ളത്തിനെ കണ്ടം വഴി ഓടിക്കും. അങ്ങനെ കണ്ടം വഴി ഓടുന്ന വെള്ളത്തിനെ വരമ്പുകെട്ടി, പ്രായമായവർ പച്ചില തോലുച്ചേർത്ത് ഉഴുതുമറിച്ച കണ്ടങ്ങളിൽ കെട്ടി നിർത്തും. ചേറ് നിറഞ്ഞ കണ്ടങ്ങളിൽ മാടിയൊതുക്കിയ വരമ്പിന് താഴെ വെള്ളം കെട്ടി നിർത്തും. കുറെയൊക്കെ ഭൂമിയിലേക്ക് തന്നെ താഴ്ന്നു പോകുമെങ്കിലും മിച്ചം വന്ന വെള്ളം ചേറിന് മുകളിൽ കെട്ടിനിൽക്കും. പതിയെ ആ കലക്കുവെള്ളം അടിഞ്ഞ് തെളിവെള്ളമാകും. നിരന്നു കിടക്കുന്ന പാടങ്ങളിൽ നീലാകാശവും വെള്ളമേഘങ്ങളും തെളിഞ്ഞു വരും. ഭൂമിയിൽ ഒരാകാശം...! ആഹാ, ഒരുപാടൊന്നും കണ്ടിരിക്കാൻ വഴിയില്ലാത്ത കാഴ്ച. ചിലപ്പോഴൊക്കെ ചെറുതുമ്പികളും ചിത്രശലഭ ങ്ങളും ആ വെള്ളത്തിൽ മുഖം നോക്കി പറന്ന് പോകാറുണ്ട്. അത്രമേൽ നിശ്ശബ്ദമായി വരമ്പിന് അരികുപറ്റി കിടക്കുന്ന ഞവുഞ്ഞിയും തിരയിള ക്കാതെ നീന്തി കളിക്കുന്ന ചെറുമീനുകളും കണ്ണിന് കുളിർമ നൽകും. ഇരതേടി വന്ന പൊൻമാനുകളും കൊക്കുകളും അങ്ങിങ്ങായി പാടത്തെ അലങ്കരിച്ചിരിക്കുന്നു.

കുളക്കടവിൽ പെണ്ണുങ്ങളുടെ അലക്കും കുളിയും തകൃതിയായി നടന്നുകൊണ്ടിരിക്കുമ്പോൾ 'ടപ്പേ ടപ്പേ' എന്ന ശബ്ദം പതിവ് കേൾവി യാണ്. ഒത്തിരി അഴുക്കുള്ള തുണികൾ കല്ലിൽ ആഞ്ഞടിക്കുന്ന ശബ്ദ മാണത്. ഈ ശബ്ദം കേട്ട് പറവകൾ ഞെട്ടും. ചേറ് പറ്റിയ കാലുകളു മായി അവ തിരിഞ്ഞു നോക്കാതെ പറക്കും. ഒരുമിച്ചുള്ള ഈ പറക്കലു കൾ എത്ര ചിത്രങ്ങളിൽ കണ്ടിരിക്കുന്നുവല്ലേ? അലക്കുസോപ്പ് തേഞ്ഞു തീരാറാകുമ്പോൾ അതെടുത്തു കരിങ്കല്ലിൽ പതിക്കും. എന്നിട്ട് അതിന്റെ മുകളിലാണ് തുണിയലക്കുന്നത്. നനവും തുണിയും കരിങ്കല്ലും ചേർന്നു

ആ രംഗം കൊഴുപ്പിക്കും. ഒരിക്കലെങ്കിലും ഇങ്ങനെയൊന്നു കുളിച്ചവരുടെ കാതുകളിൽ ആ ശബ്ദമൊക്കെ ഇപ്പോഴും പ്രതിധ്വനിക്കുന്നുണ്ടാകും. രാവിലെയും വൈകുന്നേരവുമുള്ള ഈ അലക്കും കുളിയും നാട്ടിലെ പെണ്ണുങ്ങൾക്ക് ഒരു ആശ്വാസം തന്നെയാണ്. അടുക്കളയിൽ അടുപ്പിനോടും പാത്രങ്ങളോടും മാത്രം എത്ര നേരം സംസാരിക്കും. ചുറ്റും നടക്കുന്നതൊക്കെയും അവരറിയുന്നത് ഈ കുളക്കടവുകളിലാണ്. നൂറ് നാക്കും നൂറായിരം കിസകളുമായി അവരങ്ങനെ കുളിച്ച് കയറുമ്പോൾ ആ കുളം ആനന്ദനിർവൃതിയിൽ പുതുവെള്ളം ചുരത്തി കൊണ്ടേയിരിക്കും. സിനിമകളിൽ മാത്രം കണ്ട് ശീലിച്ച മസാലക്കുളിയല്ലടോ ഇത്. ഒരു നാടിന്റെ ശീലമാണ്, സംസ്കാരമാണ്. കാമം പുരണ്ട നോട്ടങ്ങളേക്കാൾ സ്നേഹം നിറഞ്ഞ കരുതൽ സ്വരങ്ങളാണ് ഇവിടെ അലയടിക്കാറുള്ളത്,

"നേരം ഇരുട്ടി, വേഗം കുളിച്ചിട്ട് പോകാൻ നോക്ക്..."

"ആഴമുണ്ട്, അങ്ങോട്ട് പോകല്ലേ..."

"നീന്താനോക്കെ അറിയില്ലേ..." അങ്ങനെ പോകും, കരുതലിന്റെ കാതലുള്ള ആൺസ്വരങ്ങൾ.

വെള്ളത്തിന്റെ ഒഴുക്ക് നിലയ്ക്കുന്ന അവസ്ഥകളിൽ അവരതിനെ തേവി വിടും. തേക്കുപാട്ടുകളുടെ നാട്ടിലെ വിശേഷം പറയുമ്പോൾ ഇവരെയെങ്ങനെ മാറ്റി നിർത്തും. വാക്കയറിനും അടിക്കയറിനും ഇടയിൽ ഒരു തേക്കൊട്ടയുടെ സാഹസം കാണേണ്ട കാഴ്ചയാണ്. കാലവും കാഴ്ചപ്പാടുകളും മാറട്ടെ. വികസനം വരട്ടെ. പക്ഷേ, പൈതൃകമുറങ്ങുന്ന ഓർമ്മകൾ ചിതലരിക്കാതിരിക്കട്ടെ. തേക്ക് പാട്ടുകൾക്കൊപ്പം അവർ തേവിവിട്ട വെള്ളമത്രയും തിരിമുറിയാതൊഴുകുകയാണ് ഇന്നെന്റെ ഹൃദയത്തിലൂടെ. ഇങ്ങനെ തേവിവിട്ട വെള്ളം കെട്ടിനിൽക്കുന്ന പാടങ്ങളിൽ നെൽച്ചെടികൾ പച്ചയുടുക്കും. പിന്നീട്, പീത വർണ്ണങ്ങളിൽ പലരുടെയും സ്വപ്നങ്ങളായി കതിരിടും. ഒടുവിൽ, ഓരോ കൊയ്തുത്സവങ്ങളിലെയും താരങ്ങളായി വിലസും. ഒടുവിൽ നാടുവിട്ട് കൂടു തേടി ലോറി കയറി പോകും. ഗുണവും മണവും മാറ്റി, നിറവും പേരും നൽകി ഓരോരോ തീൻമേശകളിൽ പല പേരുകളായി ഇടം പിടിക്കും...! ഒരു പക്ഷേ, ജനിച്ച നാട്ടിലേക്ക് തിരിച്ചെത്താൻ കഴിയുമായിരുന്നെങ്കിൽ ഓരോ മണി അരികൾക്കും പറയാനുണ്ടാകും ജൈവമായി ജനിച്ചു വളർന്നു അജൈവികമായി തന്റെ ജന്മനിയോഗം പൂർത്തിയാക്കേണ്ടി വന്നതിന്റെ വിഷമം...! ഇന്നലെകളുടെ കൊടുംവേനലിൽ മനസ്സ് വിണ്ടു കീറുമ്പോൾ ഞാനിടയ്ക്ക് യാത്രപോകാറുണ്ട്. പഴമയുറങ്ങുന്ന നാട്ടിലേക്ക് കാലത്തിന്റെ കൈപിടിച്ച് ഒരു തിരിച്ചുപോക്ക്...!

ഒരു കഞ്ഞിക്കലം പറഞ്ഞ കഥ!

പ്രത്യേകിച്ച് ഒന്നും ചെയ്യാനില്ലായിരുന്നു ആ സായാഹ്നത്തിന്. വെയിലിന്റെ കടുപ്പം കുറച്ച് സൂര്യനും കാറ്റിന്റെ വേഗത കുറച്ച് വായുദേവനും ഭൂമിദേവിയെ അനുനയിപ്പിക്കാൻ ശ്രമിക്കുന്നപോലെ. മറ്റൊന്നും ചെയ്യാനില്ലാത്തത് കൊണ്ട് ഞാനും വെറുതെ വീടിന്റെയുള്ളിൽ പരതി നടന്നു. പഴമയുടെ മണമെല്ലാം നഷ്ടപ്പെട്ടിരിക്കുന്നു. കുട്ടിക്കാലത്തിന്റെ ഗന്ധം പോലും ബാക്കിവെക്കാതെ മറ്റെന്തൊക്കെയോ ആ സ്ഥാനം കൈയേറിയിട്ടുണ്ട്. അപ്രതീക്ഷിതമായാണ് ആ ഡയറി എന്റെ കണ്ണിൽപ്പെടുന്നത്. പതിനഞ്ച് വർഷം പഴക്കമുണ്ട്. കൃത്യമായി പറഞ്ഞാൽ ഏഴാംതരത്തിൽ പഠിക്കുന്ന സമയം. പുറംചട്ടയെല്ലാം വീട്ടിലെ കുട്ടികൾ വികൃതമാക്കിയിട്ടുണ്ട്. എങ്കിലും, പേജുകളൊന്നും നഷ്ടപ്പെട്ടിട്ടില്ല. പക്ഷേ, ഇതെന്റെ കൈയിൽനിന്നും എങ്ങനെ കൈമോശം വന്നുവെന്ന ചോദ്യം മാത്രം ബാക്കിയായി.

ഞാൻ ആ ഡയറിയുടെ അകത്തേക്ക് കടന്നു. ഒട്ടും വൃത്തിയില്ലാത്ത അക്ഷരങ്ങൾ. ചിലപേജുകളിൽ അതിമനോഹരമായ വടിവൊത്ത അക്ഷരങ്ങൾ. അല്ലെങ്കിലും ഞാൻ അങ്ങനെയാണ്, അനുനിമിഷം മാറിക്കൊണ്ടിരിക്കുന്ന സ്വഭാവം. ഓരോ മണിക്കൂറിലും ഓരോ ഭാവങ്ങൾ... എങ്കിലും ദേഷ്യം മാത്രം വല്ലപ്പോഴുമേ കയറി വരാറുള്ളൂ. ആമുഖങ്ങളൊന്നുമില്ലാത്ത ഒരു പേജിൽ ഇങ്ങനെ കുറിച്ചിരുന്നു,

"സ്കൂളിൽ വിശേഷങ്ങളൊന്നുമില്ല. ഹിന്ദി ഉപന്യാസ രചനാമത്സരത്തിൽ ഒന്നാം സമ്മാനം കിട്ടി. അമ്മയ്ക്ക് ശ്വാസം മുട്ടലാണ്. വൈകുന്നേരം ചോറ് വെച്ചത് ഞാനാണ്. പക്ഷേ..."

അപൂർണ്ണമായ ആ ഡയറിക്കുറിപ്പിന്റെ പിന്നാമ്പുറത്തേക്ക് വെറുതെ ഒന്ന് നടന്ന് നോക്കി.

എന്നത്തേയും പോലെ, അഞ്ച് മണിയായപ്പോൾ ഞങ്ങൾ വിറകടുപ്പിൽ തീപിടിപ്പിച്ചു. ഓലമടലും വിറകിൻചുള്ളികളും മത്സരിച്ചു കത്താൻ തുടങ്ങി. ചാണകവും ബാറ്ററിക്കരിയുമിട്ട് മെഴുകിയ വീതനയ്ക്ക് മുകളിൽ രണ്ട് അടുപ്പുകളാണുള്ളത്. അതിൽ വലുത് ചോറും വെള്ളവുമെല്ലാം വെക്കാനും നെല്ല് പുഴുങ്ങാനുമൊക്കെയുള്ളത്. മറ്റേതിൽ, കറികളും

പലഹാരങ്ങളും ഉണ്ടാക്കും. വലിപ്പത്തിൽ അല്പം ചെറുതാണ് രണ്ടാമത്തെ അടുപ്പ്. പലഹാരങ്ങൾ എന്നുവെച്ചാൽ, വീട്ടിൽ ആകെയുള്ളത് ഒരു പുട്ടുംപാനിയും (പുട്ട് കുടം) ഒരു ദോശച്ചട്ടിയുമാണ്.

ദോശയുണ്ടാക്കാൻ എനിക്കറിയാം, അരിപ്പൊടിയിൽ വെള്ളം ചേർക്കണം, പാകത്തിന് ഉപ്പിടണം. പിന്നെ കലക്കി ഒഴിക്കണം. വേവുമ്പോൾ മറിച്ചിടണം. എങ്കിലും കാണാം, അങ്ങിങ്ങായി കുഞ്ഞു കുഞ്ഞു സുഷിരങ്ങൾ. അതിൽ വിരൽ കയറ്റി, പൊക്കിയെടുക്കുമ്പോൾ, 'ഠോ' ന്നൊരു അടിവരും പുറകിൽ. "ആഹാരം കൊണ്ട് കളിക്കുന്നോടാ?" എന്നൊരു ആക്രോശവും. മൂത്ത ചേച്ചിയുടെ വക. എനിക്കും ചെറിയ ചേച്ചിക്കും മാത്രമാണ് രാവിലെ പലഹാരം കിട്ടിയിരുന്നത്. ബാക്കി എല്ലാർക്കും കഞ്ഞി ആയിരുന്നു രാവിലെ. അതിന്റെ ദേഷ്യമാണ്, പുറകിൽ വന്നു വീണതെന്ന് മനസ്സിലാക്കാൻ കാലം ഒരുപാട് പിന്നെയും എടുത്തു!

വീട്ടിലെ പുള്ളിക്കോഴി മുട്ടയിട്ട ദിവസമായിരുന്നു. രാവിലെ അച്ഛൻ കോഴിക്കൂട് തുറന്നപ്പോൾ കിട്ടിയതാണ്. അമ്മയ്ക്ക് മാത്രം കൈവശമുള്ള ചില അടുക്കളവിദ്യകളിൽ ഒന്നാണ് ചോറുവെക്കുന്നതിന്റെ കൂടെയിട്ട് കോഴിമുട്ട പുഴുങ്ങുന്നത്. ഒടുവിൽ ഒരു വലിയ കരണ്ടികൊണ്ട് അത് തിരഞ്ഞ് കണ്ടുപിടിക്കുന്നത് മുതൽ ചൂടോടെ അകത്താക്കുന്നതുവരെ അമ്മയുടെ സാരിത്തുമ്പിനെ ചുറ്റിപ്പറ്റി നിൽക്കും. അവസരം കിട്ടിയാൽ ചെറിയ ചേച്ചിയെ കാണിച്ചുകൊടുത്ത് അടിയുണ്ടാക്കും. ഒരു മനഃസുഖം! അന്ന് അരി കഴുകിയതും അടുപ്പത്തിട്ടതുമെല്ലാം ഞാനാണ്. അമ്മയ്ക്ക് ശ്വാസതടസ്സം ഉള്ളതുകൊണ്ട്, പുക കൊള്ളാതിരിക്കാൻ വേണ്ടി ഞാൻതന്നെ ചെയ്തതാണ്. മിക്കവാറും അമ്മയാണ് അരിയിടുന്നത്. എന്റെ ശല്യം സഹിക്കാൻ വയ്യാതെയാകുമ്പോൾ എനിക്ക് അവസരം തരും.

അങ്ങനെ, ചോറുവെക്കാനൊക്കെ ഞാൻ പഠിച്ചു. കഞ്ഞിക്കലത്തിൽ മുക്കാൽ ഭാഗവും വെള്ളം വേണം. 'ശേ...' എന്നുള്ള മൂളൽ വരുന്നുണ്ടോ എന്നു നോക്കിയിരിക്കണം. മൂളിത്തുടങ്ങിയാൽ അരി കഴുകിക്കൊണ്ടു വരാം. അതിനു ചൂടുവെള്ളം അതിൽ നിന്നും തന്നെ എടുക്കാം. അരി കഴുകി വരുമ്പോൾ വെള്ളം തുള്ളിച്ചാടുന്നുണ്ടാകും. അപ്പോൾ ചായയ്ക്ക് വെള്ളം മുക്കാം. പിന്നെ അരിയിടാം. തിളച്ചു തൂവി കൈയിൽ വീഴാതെ നോക്കണം. കാലു രണ്ടും വീതനയിലേക്ക് നീട്ടിവെച്ച് തീ കായും. കാൽ പാദത്തിലേറ്റ ചൂട്, നെറുകയിലെത്തുമ്പോൾ, ഒരു പ്രത്യേക സുഖം.

അമ്മ ചായച്ചെമ്പിലെ ചായയിൽ മധുരമിടും. വലിയ അലുമിനിയം തവികൊണ്ട് ഇളക്കും. ചായച്ചെമ്പിനടിയിലെ പഞ്ചാരത്തരികൾ ചതഞ്ഞരഞ്ഞില്ലാതാകും. 'കെര കെര' ശബ്ദമുണ്ടാകും. പിന്നീടത് സ്റ്റീൽ ഗ്ലാസ്സിലോട്ട് പകർന്നു തരും. ഹോട്ടലിൽ പോയാൽ ചില്ല് ഗ്ലാസ്സിലാണ് ചായ തരിക. ഞങ്ങളുടെ വീട്ടിൽ ചില്ല് ഗ്ലാസ്സില്ലായിരുന്നു. ഒന്നൂടെ പറയട്ടെ, എത്ര വില കൂടിയ ചായപ്പൊടിയിട്ടാലും, കൂട്ട് ചേർത്താലും അന്ന് കുടിച്ച ചായേടെ അത്രേം ഒന്നും വരില്ല ഇപ്പോഴത്തെ ഒരു ചായയും!

പക്ഷേ, അന്നെന്തോ, ചോറ് ഊറ്റിയെടുത്തപ്പോൾ മാത്രം അളവ് കുറവായപോലെ തോന്നി. എന്ത് പറ്റിയെന്നോർത്ത് ഒരുപാട് വിഷമിച്ചു. കഞ്ഞിക്കലം അത് തന്നെയായിരുന്നു. അരിയുടെ അളവ് തെറ്റിയിരിക്കുമോ? അരി മാറിപ്പോയിരിക്കുമോ? ഒന്നും മനസ്സിലാകുന്നില്ല! അമ്മ ചിരിച്ചുകൊണ്ട് അടുത്ത് വന്നു.

"ഇനി പോയിരുന്നു പഠിക്ക്. ബാക്കി ഞാൻ ചെയ്തോളാം."

ഞാൻ അമ്മയുടെ മുഖത്തേക്ക് നോക്കി, ക്ഷീണം കൊണ്ട് വാടിയ മുഖത്ത് എങ്ങനെ ഇങ്ങനെ ചിരി വരുന്നു. ഞാൻ ഉമ്മറത്തേക്ക് നടന്നു.

മഗ്‌രിബ് ബാങ്കിന് മുന്നേ അച്ഛൻ വീട്ടിൽ വന്നു. അച്ഛൻ വന്നപ്പോൾ, ഞാൻ ഓടിച്ചെന്നു. മിഠായിപ്പൊതി വാങ്ങി. അതിൽ നാല് 'കുക്കീസ്' മിഠായി ഉണ്ടായിരുന്നു. ഒന്നു ചേച്ചിക്ക്. മൂന്നെണ്ണം എനിക്ക്. അതേ, കണക്ക് കറക്ടായി... അമ്മ ചായ കൊണ്ടു വന്നു. തിണ്ണയിൽ, അച്ഛന്റെ അടുത്ത് വന്നിരുന്നു.

"അരി തീർന്നിരിക്കാണ്." വളരെ പതിഞ്ഞ സ്വരത്തിൽ അമ്മ പറഞ്ഞു.

"ഉം... ഇന്നലത്തെ കൂലിയേ കിട്ടീള്ളൂ. തൽക്കാലം അരി മാത്രം വാങ്ങൂ. പലചരക്ക് വല്ലോം ഞാൻ നാളെ കൊണ്ടുവരാം." അതിലും പതിഞ്ഞ സ്വരത്തിൽ മറുപടി.

കുക്കീസ് മിഠായിക്ക് സ്വാദ് കൂടിക്കൂടി വരുന്നപോലെ. ഞാൻ മിഠായിക്കവറുകൊണ്ടു പീപ്പി ഉണ്ടാക്കുകയായിരുന്നു.

അന്ന് രാത്രി അത്താഴത്തിന് അച്ഛന് ചോറിൽ കല്ല് കടിച്ചു. പാതി പോലും കഴിക്കാതെ എണീറ്റുപോയി. അമ്മയ്ക്കും അമ്മായിക്കും വിശപ്പില്ലായിരുന്നു. മൂത്ത ചേച്ചിക്ക് തലവേദന. അവൾ, കഞ്ഞിയാക്കി കുടിച്ചൂന്ന് പറയണ കേട്ടു. ഞാൻ കഞ്ഞി കുടിച്ചു. മാങ്ങച്ചമ്മന്തി ഉണ്ടായിരുന്നു. രണ്ടാമതും വേണംന്നു തോന്നി... പക്ഷേ, ചോദിച്ചില്ല! മനസ്സിൽ, വല്ലാത്തൊരു ആശങ്ക. നാളെയും കഞ്ഞി ആയിരിക്കുമോ അത്താഴത്തിന്!

"എടോ... വൈകീട്ട് കാവിൽ വിളക്ക് വെക്കണംന്ന് പറഞ്ഞത് മറന്നോ? സമയമായി. പോയി കുളിച്ചിട്ട് വരൂ."

അച്ഛന്റെ ശബ്ദം കേട്ട് ഞെട്ടിയുണർന്നു. കാവിമുണ്ടുടുത്ത് തല തോർത്തിക്കൊണ്ട് അച്ഛൻ വാതിലിനപ്പുറം നിൽക്കുന്നു. ഡയറി മടക്കി വെച്ച്, റൂമിന്റെ പുറത്ത് കടന്നു. വല്ലാത്തൊരു നിശ്ശബ്ദത എന്നെ പിടികൂടി. ഇന്നലെ നടന്നതൊന്നും ശരിക്ക് ഓർമ്മയില്ല. പക്ഷേ, വർഷങ്ങൾക്കിപ്പുറവും ഒരു മാറ്റവുമില്ലാതെ ചില ദിവസങ്ങൾ, ഒരു മുറിപ്പാട് പോലെ മനസ്സിൽ അങ്ങനെ കിടപ്പുണ്ട്. കാലപ്പഴക്കത്തിൽ മുറിവുണങ്ങി. ഉണങ്ങും തോറും അവ കൂടുതൽ തെളിഞ്ഞുവന്നു. ഓർമ്മപ്പെടുത്തലായി കൂടെ വന്നു.

കാവിന് പറയാനുണ്ടായിരുന്നത്

വിളക്ക് വെക്കാൻ പാമ്പിൻകാവിലേക്ക് നടക്കുമ്പോൾ എങ്ങാണ്ടന്നോ ഒരു കാറ്റ് പിറകെ കൂടി. വീടിന്റെ തെക്കുഭാഗത്ത് ഏകദേശം മൂന്ന് സെന്റ് സ്ഥലം കാവാണ്. പടുകൂറ്റൻ രണ്ട് കരിമ്പനകളും അതിനൊത്ത ഒരു ആൽമരവും കാവിന് വല്ലാത്തൊരു കാനനസൗന്ദര്യമാണ് നൽകിയിരിക്കുന്നത്. കാവിന് ഒത്ത നടുവിൽ ഒരു അമ്പാഴമരമുണ്ട്. ആ മരത്തിൽ സർപ്പസാന്നിദ്ധ്യം പതിവാണ്. അതുകൊണ്ടുതന്നെ ആ മരത്തിലെ കായ് പറിക്കാൻ ആരും മുതിരാറില്ല, ഞാനൊഴികെ...!

പാമ്പും ചേരയും ഇവിടെ യഥേഷ്ടം കറങ്ങി നടക്കാറുണ്ട്. ഞങ്ങൾ അവരേയോ അവർ ഞങ്ങളേയോ ഒന്നും ചെയ്യാറില്ല. പേടി പോലും തോന്നാറില്ല അവരെ കാണുമ്പോൾ. അത്രയ്ക്ക് ചിരപരിചിതമായ ഒരു കാഴ്ച. പക്ഷേ, അച്ഛൻ സംസാരിക്കാറുണ്ട് അവയോട്, ഭ്രാന്ത് പറയാണോന്നു തോന്നുമെങ്കിലും അതൊരു കാഴ്ചയാണ്. ഒരു പാമ്പിനെ രണ്ടു വട്ടം കണ്ടാൽ തിരിച്ചറിയാൻ പറ്റുമോ? അതിനെ നേരെ നോക്കിയാലല്ലേ? അല്ലേ? പക്ഷേ, അച്ഛന് പറ്റും. എനിക്ക് അത്രയ്ക്കൊന്നും ധൈര്യമില്ല. പാമ്പുകളുടെ കണ്ണിലേക്ക് ഒരു പത്ത് സെക്കൻഡ് നോക്കിയാൽ മതി. പിന്നെ രാത്രിയിൽ ഉറങ്ങാതിരിക്കാൻ കാരണമായി...! മനുഷ്യരോടെന്ന പോലെ അച്ഛൻ തനിക്ക് ചുറ്റുമുള്ള എല്ലാവരോടും ഒരു പ്രത്യേക അടുപ്പം കാത്തുസൂക്ഷിച്ചിരുന്നു. മണ്ണിനോടും മരങ്ങളോടും കിളികളോടും ജന്തുക്കളോടും എന്നു വേണ്ട കണ്ണിന് കാണാവുന്ന എല്ലാറ്റിനോടും അച്ഛന് കൂട്ടാണ്...! ഒരിക്കൽ പോലും ആ വീടും പരിസരവും വിട്ടുപോരാൻ അച്ഛൻ ഇഷ്ടപ്പെടാത്തതിന്റെ കാരണവും ഇതു തന്നെയാകും!

ഒരിക്കൽ അച്ഛന്റെ കൂടെ നടക്കുമ്പോൾ വരമ്പിൽ ഒരു പാമ്പിനെ കണ്ടു. അച്ഛൻ വടികൊണ്ട് നിലത്തു തട്ടി ശബ്ദമുണ്ടാക്കി. പാമ്പ് തലയുയർത്തി നോക്കി.

"നിന്നോട് പറഞ്ഞിട്ടില്ലേ വഴിയിൽ കിടന്ന്, ബാക്കിയുള്ളോർക്ക് മാർഗ്ഗതടസ്സം ണ്ടാക്കരുത് ന്ന്...?" അത് ഇഴഞ്ഞു നീങ്ങി തൊട്ടടുത്ത പുളിമരക്കൊമ്പിൽ കയറി ഉറക്കം തുടങ്ങി.

"മയിലുകൾ വരുന്ന വഴിയാണ്, സൂക്ഷിച്ചോ...!" അവസാന താക്കീതു നൽകി അച്ഛൻ മുമ്പേ നടന്നു. പിറകിൽ ഞാൻ നിലത്ത് എന്തിനെയോ തിരഞ്ഞു നടന്നു...!

മറ്റൊരവസരത്തിൽ വൈദ്യുത കമ്പിയിൽ ഷോക്കേറ്റ് ദിവംഗതനായ ഒരു പാമ്പിനെ നോക്കി പുലമ്പുന്നത് കേട്ടു,

"എത്ര തവണയാ പറയുന്നേ... ഒന്നും ചെവി കൊള്ളില്ല്യാച്ച എന്താ ചെയ്യാ... പോയ ബുദ്ധി ആന പിടിച്ചാലും കിട്ടില്ല്യാലോ?"

കാവ്, സർപ്പക്കാവ്, പാമ്പിൻകാവ് അങ്ങനെ പല പേരുകളിലാണ് ഇവിടെ കാവുകൾ അറിയപ്പെടുന്നത്. വർഷന്തോറും ചെയ്യുന്ന ചില അനുഷ്ഠാനങ്ങളും ആചാരങ്ങളുമുണ്ട്. കാവ് തെളിക്കുക, പാലും പൊടിയും കൊടുക്കൽ, നൂറും പാലും കൊടുക്കൽ അങ്ങനെ പോകും ഭൂമിയിലെ ജീവിച്ചിരിക്കുന്ന ദൈവങ്ങൾ എന്നറിയപ്പെടുന്നവരെ പ്രീതിപ്പെടുത്താനുള്ള ഹൈന്ദവ ആചാരങ്ങൾ. സർപ്പശാപം, നാഗകോപം തുടങ്ങിയ പ്രയോഗങ്ങളൊക്കെയും ജീവിതചര്യയിൽ ഇവരുടെ പ്രാധാന്യം എടുത്തു പറയുന്നവയാണ്.

ചിത്രോടം തകർന്ന കാവിൽ, പുനഃപ്രതിഷ്ഠ നടത്തിയിട്ട് അധിക കാലമായിട്ടില്ല. ഒരു നൂറ് തവണ അമ്മ പറഞ്ഞതാണ്, കാവ് മുടങ്ങാതെ തെളിക്കണം, തകർന്ന ചിത്രോടം മാറ്റി പുനഃപ്രതിഷ്ഠ നടത്തണം എന്നൊക്കെ. അന്നൊന്നും ആരും അമ്മയുടെ വാക്കുകൾ ചെവി കൊണ്ടില്ല. കാരണം ഒന്നേയുള്ളൂ, സാമ്പത്തികസ്ഥിതി മോശമാണ്. ഒരുപക്ഷേ കാവിന്റെ കിഴക്കോറത്ത്, വെറ്റിലക്കൊടി പടർത്തിയ ആ വയസ്സൻ മൂവാണ്ടന്റെ ചുവട്ടിൽ ഏതോ നാട്ടിലെ കുമ്പാരൻ ചെയ്ത മൺചിരാതിൽ ഒരുമിച്ചെരിയാനായിരിക്കും ദൈവ നിശ്ചയം.

കാവിൽ വിളക്ക് വെച്ച് തിരിച്ചു നടക്കുമ്പോഴും ആ കാറ്റ് കാവിലെ ആൽമരച്ചില്ലകളിൽ എന്തൊക്കെയോ ഓർത്തെടുക്കുകയായിരുന്നു. എല്ലാം ഓർക്കുന്നുണ്ട് എന്ന മട്ടിൽ ആലിലകൾ തലകുലുക്കിക്കൊണ്ടേയിരുന്നു. ഒന്നും മറന്നിട്ടില്ലെന്നോർമ്മിക്കാൻ ഞാൻ അമ്മയുടെ സമാധിയിലേക്ക് വെറുതേ തിരിഞ്ഞു നോക്കി. മൺചിരാതിൽ ഒരു തിരി ഒത്തിരി സംതൃപ്തിയോടെ എരിയുന്നപോലെ തോന്നി.

കാവിനും പൂമുഖത്തിനും ഇടയിലെ ചെറിയ ദൂരം എന്നെ കാതങ്ങൾ പിറകോട്ട് നടത്തി. കിണറ്റിൻകരയിലെ പുളിമരത്തിലെ നാഥനില്ലാത്ത ഊഞ്ഞാൽ വീണ്ടും ആ ദൂരം കുറച്ചു. കഴിഞ്ഞ ഓണത്തിന് കുട്ടികളോടൊപ്പം ചെലവഴിച്ച സമയം ഓർമ്മവന്നു. അതിമനോഹരമായ ഒരു ഓണ ഓർമ്മയിൽ നിന്നും ഇപ്പോഴും പുറത്ത് കടക്കാൻ പറ്റാതെ ഒരു ഹൃദയം വല്ലാണ്ട് മിടിക്കാൻ തുടങ്ങിയിട്ടുണ്ട്...!

മുണ്ഡ്യാറ കുന്നിൽ വെയിൽ താഴുമ്പോൾ

സമയം ആറ് കഴിഞ്ഞിരിക്കുന്നു. സന്ധ്യയ്ക്കുള്ള കുളി കഴിഞ്ഞ്, കാവിൽ വിളക്ക് വെച്ച് വെറുതെ ഒന്ന് നടക്കാനിറങ്ങിയതാണ് ഞാൻ. ഞാറ് നടാൻ വന്ന പെണ്ണുങ്ങളുടെ വർത്താനം അടുത്തടുത്തു വരുന്നു. അലക്കും കുളിയും കഴിഞ്ഞ്, അത്ര നേരം പറഞ്ഞ പരദൂഷണത്തിന്റെ ബാക്കി ഭാഗം തുടരുകയാണവർ. രാവിലെയുടുത്ത വസ്ത്രം അലക്കി തോളിലും ഇടതുകൈയിലുമായി പിടിച്ചിരിക്കുന്നു. പണിയായുധങ്ങൾ പലതായി വലത് കൈയിലും ചിലർ തോളിലും വെച്ചിരിക്കുന്നു. കയറ്റങ്ങളും ഇറക്കങ്ങളും എല്ലാവരെയും ഒരുപോലെ തളർത്തിയിരിക്കുന്നു. തളരാത്തതായി നാക്ക് മാത്രം...! അതാകട്ടെ ചാവി കൊടുത്ത കളിപ്പാട്ടം പോലെ നന്നായി ജോലി ചെയ്യുന്നുമുണ്ട്...!

പറയത്തക്ക മേനിയഴകൊന്നും ആർക്കും കാണില്ല. എല്ലാവരും നാൽപത് കഴിഞ്ഞവർ തന്നെ. കിഴക്കേക്കരയിൽ നിന്നും വരുന്ന പെൺപടയിൽ ലക്ഷ്മിയേടത്തിയും സുമതിച്ചെറിയമ്മയുമുണ്ട് അറിയുന്നവരായി. പരിചയമുള്ള എന്നാൽ പേരറിയാത്ത ഒരുപാട് പേരുണ്ട് ആ കൂട്ടത്തിൽ. തെക്കേക്കരയിലാണ് കാളിത്തള്ളയും മുണ്ടിത്തള്ളയുമൊക്കെ വരുന്നത്. ആ ടീമിൽ ഏറെക്കുറെ എല്ലാവരേയും അറിയാം. ഷഷ്ഠിപൂർത്തി അടുക്കാരായവരാണെങ്കിലും ജോലിയിൽ ഇപ്പോഴും പുലികളാണ്. പിന്നെന്താ, വായകൊണ്ട് വെറുതെ ഇരിക്കാൻ ഒരല്പം അസൗകര്യമുണ്ടെന്ന് മാത്രം.

വില്ലുപോലെ വളഞ്ഞു നിന്നുള്ള ഞാറ് നടീൽ കാണാൻ മാത്രമേ ഭംഗിയുള്ളൂ. അത്രയേറെ ക്ലേശകരമായ ഒരു ജോലിയാണത്. രണ്ടു കാലും ചേറിൽ പുതഞ്ഞിരിക്കും. പാടത്തേക്ക് പണിക്കിറങ്ങിയാൽ പിന്നെ ഇരിക്കാനോ വിശ്രമിക്കാനോ പാടവരമ്പുകൾ മാത്രമേ കാണൂ... അതും, പാടത്തിന് ഒത്ത നടുവിൽ ആണെങ്കിലോ...? സൂര്യനാകാട്ടെ നാലു ഭാഗത്തു നിന്നും വാരിപ്പുണരുന്നുണ്ടാകും. നെറ്റിയിലൂറുന്ന വിയർപ്പ്

കണങ്ങളൊക്കെയും കണ്ടത്തിലെ ചേറിലേക്കൊഴുക്കി വരിയും നിരയും നോക്കി ഒരു താളത്തിലങ്ങനെ ഞാറ് നടുമ്പോൾ, കേരളത്തിന്റെ നെല്ലറ നിറയ്ക്കാനുള്ള ശ്രമത്തിന്റെ ആദ്യഘട്ടം അവിടെ പൂർത്തിയാകും.

വൈകുന്നേരം പെണ്ണുങ്ങൾ പണി നിർത്തുന്നതോടെ ചേറിനും ഞാറിനുമിടയിൽ വെള്ളം തെളിഞ്ഞു നിൽക്കും. പാടവരമ്പുകളിൽ ഒരു അവസാന ശ്രമമെന്നോണം കൊക്കുകളും പൊന്മാനും നീർകാക്കയും ഇര പിടിക്കാനെത്തും. കെട്ടിനിൽക്കുന്ന വെള്ളത്തിൽ അവ അത്താഴം തേടും. സന്ധ്യ ചോക്കുന്നതും വെള്ള മേഘങ്ങളൊഴുകുന്നതും പറവകൾ ചേക്കേറുന്നതുമെല്ലാം ഉഴുതുമറിച്ചിട്ട നെൽപ്പാടങ്ങളിൽ തെളിഞ്ഞു കാണാം. അപ്പോൾ, സഹ്യനെ തൊട്ടുവരുന്നൊരു കാറ്റ് കാതിലെന്തോ മൊഴിയാൻ വെമ്പുകയായിരുന്നു. ഒരുപക്ഷേ, മറ്റൊരു ദൂരയാത്രയ്ക്കുള്ള യാത്രപറച്ചിലുകളാകാം അല്ലെങ്കിൽ സഹ്യനെ കണ്ട വിശേഷങ്ങളാകാം.

വരിവരിയായ് വന്ന പെണ്ണുങ്ങളോരോന്നായ് വീടണഞ്ഞു. ഇനി വേണം കെട്ട്യോനും കുട്ട്യോൾക്കും അത്താഴമുണ്ടാക്കാൻ. മണ്ണെണ്ണ വിളക്കെരിഞ്ഞ ഓട് വീടുകൾ മാഞ്ഞുപോയപ്പോൾ എട്ടു മണിയുടെ നാടകങ്ങളും ആകാശവാണിയുടെ തനത് സംഗീത ശബ്ദശകലങ്ങളും കണ്ണീർപരമ്പരകളുടെ പടയോട്ടത്തിൽ വിസ്മൃതിയിലാണ്ടു. എങ്കിലും അങ്ങിങ്ങായി ഇപ്പോഴും ആ പഴമയൊക്കെയും ഒളിമങ്ങാതിരിപ്പുണ്ട് ഈ നാട്ടിൽ.

കൊഴിഞ്ഞു വീണ ഇലകൾ പറഞ്ഞത്

വൃശ്ചികത്തിന്റെ ഭംഗി മരത്തിന്റെ മുകളിലല്ല...! മറിച്ച്, താഴെ വേരുകൾക്ക് പുതപ്പായി മണ്ണോട് ചേർന്ന് മഞ്ഞുപറ്റി കിടക്കുന്ന കരിയില ക്കൂട്ടങ്ങളിലാണ്. എല്ലാ വർഷവും ഇലപൊഴിച്ചും തളിർത്തും നാനാജാതി വൃക്ഷങ്ങൾ വീട്ടുവളപ്പിലും തെക്കേപറമ്പിലും സർപ്പക്കാവിലുമായി എന്നെ കാത്തിരിക്കാറുണ്ട്. മുടങ്ങാതെ ഞാനവരെ തേടിപ്പോകാറുണ്ട്. അപ്പോഴൊക്കെയും വേനലിൽ കരിഞ്ഞുണങ്ങേണ്ടി വന്നതും വർഷത്തിൽ നനഞ്ഞു കുതിർന്നതും വസന്തത്തിൽ പൂത്തുലഞ്ഞതും അവയെന്നോട് കിന്നരിക്കാറുണ്ട്. ജീവിച്ചു കൊതി തീരും മുമ്പെ കറയറ്റുവീണ ചില കരിയിലകൾ മരച്ചില്ലയെ നോക്കി പിറുപിറുക്കുന്നതും ഞാനൊന്നും ചെയ്തില്ലെന്ന മട്ടിൽ മരക്കൊമ്പ് മുഖം തിരിച്ചുനിൽക്കുന്നതും കാണാം.

വൃശ്ചികം നാട്ടുമ്പുറങ്ങളിൽ ഭക്തിസാന്ദ്രമാണ്. ശബരിമല നോയമ്പ് തുടങ്ങുന്നതും ചിട്ടയോടെ അവ പരിപാലിച്ചുപോരുന്നതും മനസ്സിന് മാത്രമല്ല ശരീരത്തിനും ഉന്മേഷദായകമാണ്. സർപ്പക്കാവിന്റെ കിഴക്ക് ഭാഗത്ത് രണ്ട് മുട്ടൻ തേക്കുമരമുണ്ട്. പാതിവരെയും ശിഖരങ്ങളൊന്നുമില്ലാത്ത ഒറ്റത്തടിയാണ് ആ മരങ്ങൾ. പാതിക്കു മുകളിൽ നിന്നും അവിടിവിടങ്ങളിലായി ശിഖരങ്ങൾ മുളപൊട്ടിയിരിക്കുന്നു. പിന്നീടവ ഇടതൂർന്ന് ഇലവിരിച്ചു നിൽക്കുന്നു. ഒരു ചെറിയ നോട്ടത്തിലൊന്നും അതിന്റെ മുകളറ്റം കാണുക പ്രയാസമാണ്. ശിശിരത്തിൽ എല്ലാവരെയും പോലെ അവ ഇലപൊഴിക്കും. ആനച്ചെവിപോലുള്ള തേക്കിലകൾ തൊടിയിലാകെ പരന്നു കിടക്കും. ഉണങ്ങിക്കഴിയുമ്പോൾ അവ പലപ്പോഴും ഒരു കുഴലുപോലെ ചുരുളും. ഒന്നിനു മുകളിൽ മറ്റൊന്നായി മണ്ണു കാണാതെ പറമ്പുനിറയെ കരിയിലകൾ. അത് ചവിട്ടി നടക്കാൻ ഒരു പ്രത്യേക സുഖമാണ്. പതുപതുത്ത പ്രതലത്തിൽ കയറി നടക്കുമ്പോൾ കരിയിലയുടെ എല്ലൊടിയുന്ന ശബ്ദം കേൾക്കണം. 'പടപടെ' എന്ന് ഇലയുടെ 'നട്ടെല്ല്' മുറിയുമ്പോൾ കിരുകിരായെന്ന് ഇലകളും ചതഞ്ഞു കൂടും.

അതിരാവിലെ മഞ്ഞുകൊണ്ട് തണുത്ത് വിറയ്ക്കുന്ന കരിയിലകൾ കൂട്ടിയിട്ട് കത്തിച്ച് ചൂടുകായുന്നത് ഓരോ വൃശ്ചികത്തിന്റെയും പതിവാണ്. മിക്കപ്പോഴും പല്ല് തേയ്ക്കുന്നതുപോലും ഈ ചൂട് കൊണ്ടിട്ടാണ്. ആളിക്കത്തുന്ന തീയിനെനോക്കി ഒരു വേനലും വസന്തവും കിനാവ് കണ്ടിരിക്കണം. വൃശ്ചികത്തിന്റെ കുളിരത്രയും ഉരുക്കിക്കളഞ്ഞ് ആ തീയണയും. ഒടുവിൽ അവസാനത്തെ കനലണയുംവരെയും പുളിങ്കുരു ചുട്ടും കിസ പറഞ്ഞും ആ ചൂടുനുണഞ്ഞവിടത്തന്നെയിരിക്കും. പിന്നീട്, സമയം അതിക്രമിച്ചിരിക്കുന്നുവെന്ന ഓർമ്മപ്പെടുത്തലുമായി സൂര്യനെങ്ങാണ്ടോ ഉദിച്ചുയരും. വീണ്ടും തിരക്കുകളിലേക്ക് നടന്നു കയറുമ്പോൾ, കഴിഞ്ഞുപോയ ഓരോ നിമിഷവും വരാനിരിക്കുന്ന ധനുമാസരാവുകളെച്ചൊല്ലി പരിതപിക്കുന്നുണ്ടാവും!

നിന്റെ ഓർമ്മയ്ക്ക്

നേരം പരപരാ വെളുക്കുന്നേയുള്ളൂ. കുട്ടികളൊഴികെ എല്ലാരും എണീറ്റിട്ടുണ്ട്. ധനുമാസം പാതിയോടടുത്തു. നല്ല തണുപ്പുണ്ട്. മോശമല്ലാത്ത മഞ്ഞുവീഴ്ചയും. ആകാശത്തിലെ പറവകൾ ഇരതേടിയിറങ്ങിയിട്ടുണ്ട്. അവർ വിതയ്ക്കാറില്ലെങ്കിലും കൊയ്യാറുണ്ടെന്ന് പച്ചക്കറിത്തോട്ടം കണ്ടപ്പോൾ മനസ്സിലായി. സുപരിചിതമാണങ്കിലും ആ പുലരിയിൽ അവയുടെ ശബ്ദം വേർതിരിച്ചെടുക്കാൻ തോന്നിയില്ല. 'കിളികൾ കലപില കൂട്ടുന്നു...' അത്ര തന്നെ...! മരങ്ങളൊന്നും ഉണർന്നിട്ടില്ല. അന്തിക്കുണ്ടായ മഞ്ഞുവീഴ്ചയിൽ അവർ വിറങ്ങലിച്ചു നിൽക്കുകയാണ്. തൊട്ടടുത്ത വാഴയിൽ ഒരു മൈന വന്നിരുന്ന് വാഴക്കൂമ്പുനോക്കാൻ തുടങ്ങി. കഴിഞ്ഞ ഓണത്തിന് കൃഷിഭവനിൽ നിന്നും വാങ്ങിയ ആറ്റുനേന്ത്രയ്ക്കിപ്പോൾ എന്നേക്കാൾ പൊക്കമുണ്ട്. പത്തു മാസം കൊണ്ട് കുലയ്ക്കും. അതാണ് പ്രത്യേകത. വിതയ്ക്കുന്നതും വിളവെടുക്കുന്നതും നമ്മൾ തന്നെയാകുമ്പോൾ, കൃഷിയോളം സംതൃപ്തി തരുന്ന മറ്റൊരു ജോലിയുണ്ടോ എന്നെനിക്കറിയില്ല...!

പുറത്തെ ചായ്പിൽ അമ്മായി തീ പിടിപ്പിക്കുകയാണ്. ചുള്ളി വിറകുകൾ എല്ല് നുറുങ്ങിയെരിയാൻ തുടങ്ങി. ബാറ്ററി തീരാറായ റേഡിയോയിൽ ആകാശവാണിയുടെ പശ്ചാത്തല സംഗീതം. വീടിനകത്ത് എത്ര അടുപ്പുണ്ടേലും വൃശ്ചികം തുടങ്ങിയാൽ പിന്നെ വള്ളുവനാട്ടിലെ വീടുകളിലൊക്കെ രണ്ട് അടുപ്പുണ്ടായിരിക്കും. ഓരോ വീടിനോടും ചേർന്ന് ഒരു ചായ്പ് കെട്ടും. ഓലയും മുളയും വെച്ചുണ്ടാക്കുന്ന താത്കാലിക കുടിലുകളാണ് ചായ്പുകൾ. അവരവരുടെ നൈപുണ്യം അനുസരിച്ച് ഓരോരുത്തരും അവരവരുടെ ചായ്പുകൾ ഭംഗിയാക്കും. മണ്ണുകൊണ്ട് വീതന കെട്ടിയും ചാണകം മെഴുകിയും അവരതിനെ മോടി കൂട്ടിക്കൊണ്ടിരിക്കും. അടുക്കളയിൽ തളച്ചിട്ടുപോയ പല 'തലച്ചോറുകളും' ഉണർന്നു പ്രവർത്തിക്കുന്നത് കാണാം.

വിറകടുപ്പുകളിൽ രാവിലെയും വൈകുന്നേരവും പാചകം ചൂട് പിടിക്കും. ഉപ്പിന് മുളകെന്നപോലെ പാചകത്തിന്റെ കൂടെ വാചക

ക്കസർത്ത് കൂടിയാകുമ്പോൾ സംഗതി ഉഷാർ. ചായ്പുകളിലെ പാചകം പെണ്ണുങ്ങൾക്കും ഹരമാണ്. ഇച്ചിരി തറയിൽ വീണാലോ അല്പം വെള്ളം പോയാലോ ഒന്നും പേടിക്കാനില്ല. വൃത്തിയാക്കി നേരം കളയുകയും വേണ്ട. അത് മാത്രമോ, ചുറ്റിലും നോക്കി, അയൽപ്പക്കത്തെ പെണ്ണുങ്ങളോട് കുശലം പറഞ്ഞു, അടുക്കള ഭരിക്കുന്നത് ഒരു സുഖമുള്ള ഏർപ്പാടല്ലേ? പത്രക്കാരൻ ചെറുക്കന്റെ സൈക്കിൾ ബെല്ല്. പത്രം മുറ്റത്തെത്തി. പഴുക്കപ്ലാവിലയ്ക്കും ഉണങ്ങിയ തേക്കിലകൾക്കും നടുവിൽ അതങ്ങനെ നെഞ്ചും വിരിച്ച് അച്ഛനെ കാത്ത് കിടന്നു. പല്ലു തേച്ച്, മുഖം കഴുകിയപ്പോൾ കുളിക്കാനുള്ള മടി തണുത്ത വെള്ളത്തിലൂടെ കയറി വന്നു. രണ്ടും കല്പിച്ച്, അടുപ്പിന്റെ അടുത്ത് പോയി നിന്നു. ഇളംചൂടിൽ മടി ആവിയായി. ഞാൻ കിണറ്റിൻകരയിലേക്ക് നടന്നു.

കിണറ്റിൻകരയിൽ കപ്പിയും കയറും ഘോരഘോരയുദ്ധം നടന്നു. കൂട്ടത്തിൽ ആരോ 'കെരകെരാ'ന്നു കരയാൻ തുടങ്ങി. ഇടയിൽ എന്റെ ബക്കറ്റ് നിറഞ്ഞു. ആവി പറക്കുന്ന തണുത്ത വെള്ളം, തലയിലൂടെ പല തവണ കടന്നുപോയി. കുളി കഴിഞ്ഞു. ഒരു ഗ്ലാസ് കട്ടൻ എന്നെയും കാത്ത് ഉമ്മറക്കോലായിലിരിക്കുന്നുണ്ടായിരുന്നു. ഈറൻ മാറ്റി. വക്കടിക്കാൻ മറന്നുപോയ കാവിമുണ്ടിന്റെ നൂല് ഇഴതെറ്റി പുറത്ത് വന്നിരിക്കുന്നു. ആരേയും പഴിക്കാൻ നേരമില്ലാത്തതുകൊണ്ട് അവയെ പിഴുതുമാറ്റി മുണ്ട് മടക്കിയുടുത്തു. കണ്ണാടിക്ക് മുന്നിൽ ചെന്നു നിന്നപ്പോൾ തലമുടി വെട്ടാറായെന്നും ഷേവ് ചെയ്തിട്ടില്ലെന്നും കണ്ണാടി ഓർമ്മിപ്പിച്ചു. കാച്ചിയ എണ്ണയിട്ടുള്ള കുളി ഗുണം ചെയ്യുന്നുണ്ട്. മുടിക്കിപ്പോഴും നല്ല ഉള്ളുണ്ട്, കറുപ്പു നിറവുമുണ്ട്. ചിറയ്ക്കലെ തോമസിന്റെ തല ഏറെക്കുറേ കഷണ്ടിയായി. എന്നേക്കാൾ രണ്ടു മാസം ഇളപ്പമാണ് അവൻ. തോട്ടിൻകരയിലെ അരവിന്ദന്റെ നെറ്റികയറി ഉച്ചിയിലെത്തിയിട്ടുണ്ട്. പക്ഷേ അവനിപ്പോഴും പറയുന്നത് 'വലിയ നെറ്റി ബുദ്ധീടെ ലക്ഷണമാണെന്നാണ്...!' മുടി വൃത്തിയായി ചീകി മിനുക്കിക്കൊണ്ടിരുന്നപ്പോഴാണ് കൈയിലെ വാച്ചിലേക്ക് നോക്കിയത്. സമയം വൈകിയോ? ഇല്ല, ഇപ്പോൾ നടന്നു തുടങ്ങിയാൽ, നടയടച്ച് പൂജയ്ക്ക് മുന്നേ അമ്പലത്തിലെത്താം. പേഴ്സിൽ നിന്നും ഏതാനും ചില നാണയത്തുട്ടുകൾ മാത്രം എടുത്ത് പോക്കറ്റിലിട്ട്, അമ്പലത്തിലേക്ക് നടന്നു.

വഴിയരികിന് ഇരുപുറമായി കാക്കപ്പൂക്കൾ കാട് പിടിച്ചു നിൽക്കുന്നു. പുലർച്ചെയുണ്ടായ മഞ്ഞുവീഴ്ചയിൽ അവയ്ക്ക് മുകളിൽ മഞ്ഞുതുള്ളികൾ തളംകെട്ടി നിൽക്കുന്നു. പൂക്കൾക്ക് തനിമ നഷ്ടപ്പെട്ടുവെങ്കിലും അവയ്ക്ക് കൂടുതൽ സൗന്ദര്യം കൈവന്നതായി തോന്നി. മഞ്ഞുകൊണ്ട് താളം തെറ്റിയ എന്റെ വള്ളിച്ചെരുപ്പുകൾ അപസ്വരങ്ങൾ പുറപ്പെടുവിച്ചുകൊണ്ടിരുന്നു. ഇടയ്ക്കെപ്പോഴോ, തണുത്ത കാറ്റ് എന്നെ തലോടി കടന്നുപോയി. സൂര്യനുണരാൻ നേരമായിട്ടില്ല. തെങ്ങോലകളിൽ കൂടുകെട്ടിയ തൂക്കണാംകുരുവി തണുപ്പ് സഹിക്കാൻ പറ്റുന്നില്ലെന്ന ഭാവത്തിൽ

പുറത്തോട്ട് നോക്കിയിരിക്കുന്നു. കാറ്റിൽ ഓലകൾക്കൊപ്പം കൂടുകളും ഇളകിയാടുന്നു. കാക്കക്കുയിലിന്റെ പാട്ടിന് മറുപടി കൊടുക്കാൻ തുനിഞ്ഞപ്പോൾ ശബ്ദം തൊണ്ടയിൽ കുരുങ്ങി, തണുപ്പ് ചെറുതല്ലെന്ന് ഓർമ്മിപ്പിച്ചു. കറുപ്പിന്റെ മുഷിപ്പിൽപ്പെട്ടുപോയ കാക്കപ്പെണ്ണിന്റെ പരിഭവം കേട്ടു. എന്തെന്നില്ലാതെ ചിലച്ച പൂത്താങ്കീരിക്കും ദേഷ്യംകൊണ്ട് കണ്ണ് ചുവപ്പിച്ച ചെമ്പോത്തിനുമുണ്ടായിരുന്നു ചില കഥകൾ പറയുവാൻ. പിന്നെയും ഒത്തിരി കണ്ടു... കേട്ടു... പക്ഷേ, പണ്ടെങ്ങും കാണാത്ത ഒരു സൗന്ദര്യം അന്നത്തെ പുലരിക്കുണ്ടായി രുന്നു. അതിന്റെ കാരണം തേടി ഞാൻ മുന്നോട്ട് നടന്നു.

ദൂരെ അമ്പലമണി മുഴങ്ങുന്ന ശബ്ദം എന്റെ കാതിൽ വന്നു പതിച്ചു. പക്ഷേ, അൻപത് ഡെസിബെലിൽ താഴെ വരുന്ന ആ ദൈവിക നാദത്തേ ക്കാളേറെ എന്റെ കാതിൽ മുഴങ്ങിക്കേട്ടത് മറ്റൊന്നായിരുന്നു. കാട്ടുപുൽ നിറഞ്ഞ പാതയിലൂടെ കുപ്പിവളകളിട്ട കൈകൊണ്ട് പട്ടുപാവാട തെല്ലു യർത്തിപ്പിടിച്ച്, പാതി പിന്നിയിട്ട മുടിയിഴകളെ കാറ്റിൽപ്പറത്തി, അനി യത്തിക്കുട്ടിയോടൊപ്പം വേഗത്തിൽ നടന്നു പോകുന്ന ഒരു പെൺകുട്ടി യുടെ വെള്ളിക്കൊലുസിന്റെ ശബ്ദം. എന്റെ സിരകളെ ഊർജ്ജസ്വലമാ ക്കാൻ അവ ധാരാളമായിരുന്നു. ആരെന്നോ എവിടെയുള്ളതെന്നോ അറിയാൻ വയ്യ. ഇതിനുമുമ്പ് ഇവിടെങ്ങും കണ്ടതുമില്ല. ഞാനറിയാതെ തന്നെ എന്റെ കാലുകളുടെ ചലനം ദ്രുതഗതിയിലായെന്നുവേണം പറയാൻ.

കാഴ്ച മറയ്ക്കുന്ന കോടമഞ്ഞിനോടെനിക്ക് വെറുപ്പ് തോന്നി. നടക്കു ന്തോറും ഞങ്ങൾ തമ്മിലുള്ള അകലം കൂടുന്നതായി തോന്നി. എന്നിട്ടും കല്ലും മുള്ളും നിറഞ്ഞ റോഡിലേക്ക് നോക്കാൻ എനിക്ക് തോന്നിയില്ല. എന്റെ കണ്ണുകൾ ആ വശ്യമനോഹരമായ കാഴ്ചയിൽ തന്നെ ഉടക്കി നിന്നു. ചുറ്റമ്പലത്തിലെ കൽപ്പടവുകൾ ഇറങ്ങി അവൾ അനിയത്തി ക്കുട്ടിയോടൊപ്പം ക്ഷേത്രത്തിനകത്തേക്ക് കടന്നു. പതിയെ ഞാനും ആ കൽപ്പടവുകൾ ഇറങ്ങി. അവളുടെ പാദസ്പർശത്താൽ ആ കല്പടവിലെ ശിലാഫലകങ്ങൾ കൂടുതൽ മൃദുവായതായി തോന്നി. ഷർട്ട് അഴിച്ച് തോളിലിട്ട് അമ്പലമതിൽക്കെട്ട് കടന്ന് അകത്തേക്ക് കടക്കും മുമ്പ് ഒന്നുകൂടെ നോക്കി. അതെ, ആ പുഞ്ചിരി മായാതെ അവിടെത്തന്നെ യുണ്ട്. ഒരു ചന്ദനക്കുറിയുടെ സാമീപ്യം അവളെ ഒരു ശാലീന സുന്ദരി യാക്കി മാറ്റിയിരിക്കുന്നു.

തീർത്ഥം വാങ്ങി തൊഴുതുമടങ്ങുമ്പോൾ അവൾ എന്റെ മുന്നിൽ തന്നെ ഉണ്ടായിരുന്നു. പക്ഷേ എന്തോ ഒന്നിന്റെ കുറവ് എന്നെ അവളി ലേക്ക് കൂടുതൽ ആകർഷിച്ചു. എത്ര ആലോചിച്ചിട്ടും എനിക്ക് ആ കുറവ് ഓർത്തെടുക്കാനായില്ല. ഒരു കാര്യത്തിൽ മാത്രം ഞാൻ ആശ്വസിച്ചു. തിരിച്ചുപോകുമ്പോൾ അവളുടെ കാലുകൾക്ക് വേഗത കുറവായിരുന്നു.

വന്ന വഴി തന്നെയാണ് തിരിച്ചുനടന്നതെങ്കിലും ഇത്തവണ ഞാൻ കുയിലിന്റെ പാട്ടും കാക്കയുടെ പരിഭവവും ഒന്നും കേട്ടില്ല. എന്റെ മനസ്സിൽ അവളുടെ വെള്ളിക്കൊലുസിന്റെ ശിങ്കാരിമേളം മാത്രമായിരുന്നു. പാണന്റെ പാട്ടിനേക്കാളും ഭഗവാന്റെ തുകിലിനേക്കാളും മനോഹര മായിരുന്നു ആ നാദം.

ഉദയസൂര്യൻ പലതവണ ഞങ്ങളെ കടന്നുപോയി. മന്ദമാരുതൻ എനിക്ക് സകലഭാവുകങ്ങളും നേർന്നു കടന്നുപോയതായി തോന്നി. അവൾക്ക് പിറകിൽ, ഒരു സുരക്ഷിത അകലത്തിൽ ഞാൻ നടന്നു. എങ്കിലും എന്തോ ഒന്നിന്റെ കുറവ് ഞാൻ അപ്പോഴും തിരയുകയായി രുന്നു. പെട്ടെന്ന് അവൾ ഒന്നു നിന്നു. അനിയത്തിക്കുട്ടിയുടെ കൈയ്യിലെ പ്രസാദം വാങ്ങി തുറന്നു നോക്കി. ഒരു ചെറുപുഞ്ചിരിയോടെ, മഞ്ഞു തുള്ളികൾ പറ്റി നിൽക്കുന്ന ഒരു കുല കതിർതുളസിയെടുത്ത് മുടിയിഴ കളിൽ ചൂടി. പിന്നെ, അലസമായൊരു മന്ദഹാസത്തോടെ എന്നെ തിരിഞ്ഞു നോക്കി. “ഇപ്പോൾ എല്ലാം ശരിയായില്ലേ?” എന്നവൾ ചോദി ക്കാതെ ചോദിക്കുന്നതായി എനിക്ക് തോന്നി. ‘ഉവ്വ്’ എന്ന് എന്റെ മനസ്സും മറുപടി പറഞ്ഞിരിക്കണം. എനിക്ക് മുമ്പിലായി അവർ യാത്ര തുടർന്നു. കാക്കപ്പൂ പടർന്നു പന്തലിച്ച മുള്ളുവേലിയും കടന്ന്, ചുവന്നുതുടുത്ത ഗുൽമോഹർ മരങ്ങളുടെ പാതയും കടന്ന് അവൾ നടന്നു നീങ്ങുമ്പോൾ, കാവിലമ്മയ്ക്ക് നന്ദി പറഞ്ഞ്, നാളെ വീണ്ടും കാണാമെന്ന് പ്രത്യാശ ബാക്കിവെച്ച് ഞാൻ വീട്ടിലേക്ക് നടന്നു!

വൃശ്ചികത്തിന് തണുപ്പ് കൂടിക്കൂടി വന്നു. ക്ഷേത്രദർശനം പതിവായി. നിരാശയുടെ നിഴലുകൾക്ക് കനം കൂടി വന്നതല്ലാതെ, പ്രത്യാശയ്ക്ക് വകയൊന്നും കണ്ടില്ല. ഒരുപാട് ചോദ്യങ്ങൾ ബാക്കിയാക്കി, പതിയെ ഞാനും മറവിയുടെ പടവുകൾ നടന്നു കയറാൻ തുടങ്ങി. പിന്നീട് ആരോ പറഞ്ഞുകേട്ടു അപ്പുമാമേടെ പേരക്കുട്ടി വന്നിട്ടുണ്ടായിരുന്നത്രെ. കൊച്ചീലോ കോഴിക്കോടോ എവിടെയോ ഒരു പരീക്ഷ ഉണ്ടായെന്ന്. അതിന് വേണ്ടി മാത്രം വന്നതാണത്രേ. വന്നതിന്റെ അടുത്ത ദിവസം തന്നെ മടങ്ങിപ്പോയത്രേ. അച്ഛനും മോനും അത്ര സ്വരച്ചേർച്ചയിൽ അല്ലല്ലോ. പെൺകുട്ടി അമ്മയെപ്പോലെ തന്നെ നല്ല ഐശ്വര്യമുണ്ടെന്ന്! ജീവിതത്തിൽ കൃത്യമായ ഇടവേളകളിൽ പലതരത്തിലുള്ള പരീക്ഷണ ങ്ങൾക്ക് വിധേയനാവുകയെന്നത് എന്റെ ജന്മനിയോഗമായിരുന്നു. വർഷ ങ്ങൾക്കപ്പുറം അങ്ങനെയൊരു പരീക്ഷയിൽ തോറ്റ് തൊപ്പിയിട്ടിരിക്കുന്ന സമയത്താണ് ഞങ്ങൾ വീണ്ടും കണ്ടുമുട്ടുന്നത്. മരുഭൂമിയിലെ മഴ പോലെ അവളന്ന് തിമിർത്ത് പെയ്യുകയും ചെയ്തു.

പിതൃവന്ദനം

വീട്ടുവളപ്പിലെ ആളൊഴിഞ്ഞു. മുറ്റത്ത് വലിച്ചു കെട്ടിയ ടാർപോളിൻ ഷീറ്റുകൾ തിരിച്ചു കൊണ്ടുപോകാൻ പാകത്തിന് മടക്കിവെച്ചിരിക്കുന്നു. നീലയും ചുവപ്പും സ്റ്റൂളുകൾ ഒന്നിനു മുകളിൽ ഒന്നായി വെവ്വേറെ അടക്കി വെച്ചിട്ടുണ്ട്. ചാണകം മെഴുകിയ മുറ്റം വീണ്ടും പൊളിഞ്ഞിളകിത്തുടങ്ങി. സഞ്ചയനത്തിന് സദ്യയൊരുക്കിയ പാത്രങ്ങളൊക്കെയും എന്തോ വലിയൊരു അപരാധം ചെയ്തപോലെ ദേഹണ്ണക്കാരന്റെ വണ്ടിയും കാത്തിരുന്നു. പതിനഞ്ചു ദിവസം അണയാതെ കത്തിയ നിലവിളക്ക് ആരോ കഴുകി വൃത്തിയാക്കി വച്ചിട്ടുണ്ട്. പൂമുഖത്തിട്ടിരുന്ന കാലൊടിഞ്ഞ ബഞ്ച് ചായ്പ്പിലോട്ട് കുടിയേറിയിരിക്കുന്നു. ഉച്ചയുറക്കം പതിവുള്ള അച്ഛന്റെ പ്രിയപ്പെട്ട ഇടമായിരുന്നു ആ കട്ടിൽ. അവസാനമായി അച്ഛൻ കുളിച്ചതും ഈ കട്ടിലിൽ കിടന്നാണ്. പക്ഷേ, ഇതിനിപ്പോ അച്ഛന്റെ മണമില്ല. പകരം, ഉച്ചയ്ക്ക് വിളമ്പിയ സദ്യയുടെ അരുചിയാണ്.

നാട്ടുനടപ്പെല്ലാം മുറയ്ക്കുതന്നെ നടന്നു. അത്രമേൽ അടുത്തു നിന്നവർ താങ്ങും തണലുമായി കൂടെ നിന്നു. ചടങ്ങുകൾ എല്ലാം കഴിഞ്ഞപ്പോൾ എല്ലാവരേയും പറഞ്ഞുവിട്ടതും ഞാനാണ്. ഇനി ഞാൻ തനിച്ചാണ്. അത് ഉൾക്കൊള്ളാൻ എനിക്ക് സമയം വേണം. ഒരു മഴ കരഞ്ഞുകൊണ്ടിരുന്നു. ഇന്നലെവരെ അടക്കിപ്പിടിച്ചതൊക്കെയും ഇന്നെനിക്ക് കണ്ണുകൊണ്ട് ഛർദ്ദിക്കണം. മറ്റാരും കാണാതെ കൊണ്ടുനടന്ന ഭാരമൊക്കെയും എനിക്കിനി ഇറക്കിവെക്കണം. അതേ, എനിക്കൊന്ന് പൊട്ടിക്കരയണം. അവരുടെ നിഴലനക്കം പോലും ഈ ഓടു വീടിന്റെ അകത്തളങ്ങളിൽ ഇനി അലയടിക്കില്ലെന്നോർക്കുമ്പോൾ മനസ്സ് മരവിക്കുകയാണ്.

ഇന്നലെവരെ എല്ലാവരും ഉണ്ടായിരുന്നു. കൂടെപ്പിറപ്പുകളും കൂട്ടുകാരും നാട്ടുകാരും ബന്ധുക്കളും അങ്ങനെയെല്ലാവരും. ഭക്ഷണമുണ്ടാക്കാനും വിളമ്പാനുമൊക്കെ നൂറ് കൈകൾ. ഒരു പുതിയ വീട്ടിലേക്കെന്നപോലെ ബന്ധുക്കൾ പലഹാരവും പലചരക്കുസാധനങ്ങളും കൊണ്ടുവന്നു. നാട്ടുനടപ്പാണത്രെ! ഒരു രാത്രിയുടെ ദൂരമേയുണ്ടായിരുന്നുള്ളൂ

കരഞ്ഞു കലങ്ങിയ കണ്ണുകൾക്ക് തെളിഞ്ഞു ചിരിക്കാൻ. രണ്ടാം ദിനം മുതൽ ഈ മരണം നടന്ന വീട് ഒരു കല്യാണവീടുപോലെ പ്രസന്ന മാക്കി അവർ! ചെലവില്ലാതെ തിന്നും കുടിച്ചും പതിന്നാല് ദിവസങ്ങൾ. അതിനപ്പുറം, നഷ്ടം പൊക്കിൾകൊടിബന്ധങ്ങൾക്ക് മാത്രം. എന്തൊരു വിരോധാഭാസം അല്ലേ?

പ്രതികരണം നഷ്ടപ്പെട്ട ദിവസങ്ങളിൽ ആരെന്തു ചെയ്താലും ഉള്ളറിയുന്നില്ലല്ലോ. എങ്കിലും ആത്മാർത്ഥതയുടെ ചെറുകണിക കാത്തു സൂക്ഷിക്കുന്നവരും കൂടെയുണ്ടായിരുന്നതായി തോന്നി. അടക്കിപ്പിടിക്കാ നാകാത്ത ചില യാത്ര പറച്ചിലുകൾക്കുശേഷം എല്ലാവരും മടങ്ങി. മേൽ ക്കൂര ക്ഷയിച്ചു തുടങ്ങിയ വീടിന്റെ ഉമ്മറക്കോലായിൽ ഞാനും എന്റെ നിഴലും മൗനം കൊണ്ട് ചതുരംഗം കളിച്ചു.

പലരും കൂട്ട് നിന്നതാണ്. പക്ഷേ, ഞാനാണ് എല്ലാവരോടും പോകാൻ പറഞ്ഞത്. അമ്മയുടെ വേർപാടുതന്ന ആഘാതത്തിൽ ദിശ മാറി നടന്നവരാണ് ഞാനും അച്ഛനും. പല വർഷങ്ങൾക്കപ്പുറം ഒരു തുറന്നുപറച്ചിലിൽ വീണ്ടും ഒന്നായി ഒരു പുഴപോലെ ഒഴുകാൻ തുടങ്ങി യിട്ട് അധികമായിരുന്നില്ല. വിധിയുടെ നിയോഗം പോലെ ആ പുഴ വീണ്ടും രണ്ടായി ഒഴുകുകയാണിപ്പോൾ. പറഞ്ഞുതീരാത്ത ചില വിശേ ഷങ്ങളും അതിനേക്കാളേറെ അറിവില്ലായ്മകൊണ്ട് സംഭവിച്ച ചില തെറ്റു കളും ഈ മണ്ണിൽ നിന്നും അച്ഛന്റെ മണം മായുംമുമ്പേ ഏറ്റു പറയണ മെനിക്ക്. തോറ്റു പോയവന്റെ കഥയിലെ ഏറ്റവും വൈകാരികമായ നിമിഷങ്ങൾ.

സമയം ഓർമയില്ല. രാത്രിക്കിന്ന് നല്ല കറുപ്പാണ്. കണ്ണിനിതെന്ത് പറ്റി? തിമിരമല്ല. തിരയിളക്കമാണ്. തടയാനാകാത്ത തിരമാലപോലെ അതങ്ങനെ ആഞ്ഞടിച്ചുകൊണ്ടേയിരുന്നു. മനസ്സിൽനിന്നും കണ്ണി ലേക്കും തിരിച്ചു മനസ്സിലേക്കും. ചാണകം പൊതിഞ്ഞു തിരിവെച്ച വിള ക്കിന്റെ ചൂടിൽ കാവിയിട്ട നിലത്തിന് നിറവ്യത്യാസം വന്നിരിക്കുന്നു. ആളൊഴിഞ്ഞ വീടിനെ 'രാത്രി', നിശ്ശബ്ദത കൊണ്ട് മാനഭംഗം ചെയ്യുന്നു. പാതിചിമ്മിയ വൈദ്യുത വിളക്കണച്ച് ഇരുട്ടിന് കൂട്ടിക്കൊടുത്തു ഞാനാ വീടിനെ.

എണീറ്റിരിക്കാൻ ത്രാണിയില്ലാത്തപോലെ കൈകാലുകൾ മരവിച്ച് പോയി. നിരങ്ങിനിരങ്ങി പതിയെ അച്ഛൻ കിടന്നിരുന്ന മരത്തിന്റെ ബെഞ്ചിന്റെ അടുത്തേക്ക് നീങ്ങി. കാലിളകിയ ബെഞ്ചിന്റെ മാറിൽ തല വെച്ചു കിടന്നു ഇച്ചിരി നേരം. വിയർപ്പിന്റെ വർണ്ണിക്കാനാകാത്തവിധം മനോഹരമായൊരു ഗന്ധം നാസിക വഴിയെങ്ങോട്ടോ കടന്നുപോയി. ഇരുട്ടിൽ തടവി, മുറുക്കാനിട്ടു വച്ചിരിക്കുന്ന അച്ഛന്റെ തകരപ്പാത്രം തപ്പി യെടുത്തു. 'അമ്മ പോയ ശേഷമാണ് അത് അച്ഛന്റെയായത്. അതുവരെ അത് രണ്ടു പേരും ഉപയോഗിക്കുമായിരുന്നു. അച്ഛൻ വൃത്തിയാക്കി

വെട്ടിയിട്ട പാക്ക് കാണാനില്ലെന്ന് പറഞ്ഞ് അമ്മയോട് വഴക്കിടുന്നതും ആരൊക്കെയോ പേർഷ്യയിൽ നിന്നും കൊണ്ടുവന്ന പുകയില കാണാനില്ലെന്നു പറഞ്ഞു അച്ഛനോട് വഴക്കിടുന്ന അമ്മയും ഉള്ളിലങ്ങനെ തകർത്തു പെയ്തു. ചുണ്ടിലൊരു ചിരിയൊളിപ്പിച്ച് വാക്കുകൾകൊണ്ട് വാഗ്വാദം ചെയ്യുന്നത് എന്ത് രസമാണെന്നറിയോ?

പതിയെ മുറ്റത്തേക്കിറങ്ങി. അച്ഛന്റെ നിറം മങ്ങിയ തോർത്തുമുണ്ട് നിലത്തു വിരിച്ച്, അതിൽ മാനം നോക്കിക്കിടന്നു. നല്ല നിലാവുണ്ട്. ചന്ദ്രൻ പൂർണ്ണമല്ല. എന്നിലൊന്നും പൂർണ്ണമല്ലെന്ന തോന്നലിൽ നിന്നുയർന്ന അപൂർണ്ണതയാണോ അതെന്ന് ഞാൻ സംശയിച്ചു. കാറ്റു വീശുന്നില്ല. മേഘങ്ങൾ അനങ്ങുന്നുണ്ടോ? ഒന്നും വ്യക്തമാകുന്നില്ല. നക്ഷത്രങ്ങളൊന്നും എവിടേം ഇല്ല. വല്ലപ്പോഴും കാണാറുള്ള വിമാനങ്ങൾ എല്ലാം ആരോ ദിശമാറ്റി വിട്ടിട്ടുണ്ട്. കണ്ണുകൾ അമ്പിളിയുടെ ഉള്ളറകളിലേക്ക് അനുവാദം കൂടാതെ പ്രവേശിച്ചു. ചന്ദ്രനു ചുറ്റും പീതവർണ്ണ നിറഭേദങ്ങളുടെ ഒരു വർണ്ണവലയം കണ്ടു. അമ്പിളിമമാന്റെയുള്ളിൽ അമ്മയേം അച്ഛനേം കണ്ടു. അവര് പരസ്പരം എന്തൊക്കെയോ പറയുന്നില്ലേ? ഇടയ്ക്കെന്നെ നോക്കുന്നില്ലേ? കണ്ണുകൾ പാതിയടയുന്നുണ്ട്. ശരീരം വലിയൊരു നിശ്ചലാവസ്ഥയിലാണ്. സകല നാഡീഞരമ്പുകളും പൂർണ്ണമായും വിശ്രമിക്കുകയാണ്. നിറഞ്ഞു തുളുമ്പുന്ന കണ്ണിൽ അവസാന കണികയും കൺകോണിലൂടെ ചെവിയെ തലോടി മണ്ണിൽ പതിച്ചു. നിദ്ര...

എന്റെ മുറിവിന് ഉപ്പായവൾ

ഒരു മഴ അലറി വിളിച്ച് മുണ്ഡ്യാറ കുന്നിറങ്ങിവരുന്ന ശബ്ദം കാതിലെത്തി. പതിയെ ഉമ്മറത്തെ ചാരുകസേരയിലിരുന്നു. ആടലോടകം കാടുപിടിച്ച ഇടവഴിയും താണ്ടി, മൂടില്ലാതാളി പടർന്നു പിടിച്ച ചെമ്പരത്തി വേലികളിൽ മഴത്തുള്ളികൾ നിലതെറ്റി വീണു. നനഞ്ഞു കുളിച്ച ചെമ്പരത്തിപ്പൂക്കൾ തണുത്തു വിറച്ചു. നിമിഷനേരം കൊണ്ട് മുറ്റം നിറയെ ചെളിയും വെള്ളവും നിറഞ്ഞു. വരുവെള്ളം മുറ്റത്തൂടെ റോഡിലേക്കൊഴുകി. പല ഓർമ്മകളും കൂടെയൊഴുകിപ്പോയി. മഴ കുറഞ്ഞില്ല... കൂടിയതേയുള്ളൂ...! എന്തിനാണ് ഇപ്പോൾ ഇങ്ങനെയൊരു മഴ? വെറുതെ ആലോചിച്ചു കാടുകയറും മുന്നേ ഒരു തെമ്മാടിക്കാറ്റ് കടന്ന് വന്നു. വെറുതെയല്ല, ഒരെമ്പാട് മഴ ഒന്നിച്ചു കൊണ്ടുവന്ന് ഉമ്മറത്തൊഴിച്ചിട്ടാണ് ആ നാശം തിരിച്ചു പോയത്. ഉടുത്തത് അത്രയും നനഞ്ഞു. എന്തോ ദേഷ്യം വന്നില്ല. ഒന്നും തോന്നീല്ല. നെറ്റിയിൽ നിന്നും വെള്ളം കവിളിലേക്കൊഴുകി. പക്ഷേ, അലോസരമായി തോന്നീല്ല. അല്ല, അപ്പോഴും ഒന്നും തോന്നീല്ല. അതെന്താ... ഒന്നും തോന്നാഞ്ഞത്. അറിയില്ല... ഞാനിപ്പോൾ അപൂർണ്ണമാണ്. എനിക്ക് കുളിരുന്നില്ല... വിറയ്ക്കുന്നില്ല... നനവറിയുന്നില്ല... ജീവനുണ്ട് താനും...!

മഴയുടെ ഏറ്റക്കുറച്ചിലുകൾ ആസ്വാദനത്തിന്റെ തീവ്രത വർദ്ധിപ്പിച്ചു. തന്നാലാവുന്നവിധം കാറ്റും ആ സന്ധ്യയ്ക്ക് നിറം പകർന്നു. പഴുക്ക പ്ലാവിലകളും നനഞ്ഞ തേക്കിലകളും മുറ്റമലങ്കരിച്ചു. ഇടയ്ക്കെ പ്പോഴോ, കുഞ്ഞു മാക്കാച്ചികൾ മരണം തേടിവന്നു. അവർ റോഡ് തേടിപ്പോയി. ആരും തടഞ്ഞില്ല, അവർ നിന്നതുമില്ല. കാറ്റിന്റെ ഭാവം മാറിത്തുടങ്ങി. ഇപ്പോൾ ശാന്തമാണ്. പ്രത്യേകിച്ച് ഒരു ഗതി പറയാനാ കാതെ ഒരിളംകാറ്റ് എന്നെ നെടുകയും കുറുകെയും പല തവണ മുറിച്ചു. മനസ്സ് മരവിപ്പിക്കുന്ന ഒരു തണുപ്പ് എന്നെ ആവരണം ചെയ്യുന്നതായി ഞാനറിഞ്ഞു. ഒരു കട്ടൻകാപ്പി എറ്റവും അനിവാര്യമാണെന്ന് മനസ്സി ലായി. 'അമ്മേ...' എന്നുറക്കെ വിളിക്കാൻ ഒരു വൃഥാ ശ്രമം. അത് പാതി വഴിയിൽ ഉപേക്ഷിച്ച്, ഞാൻ അടുക്കളയിലേക്ക് നടന്നു. പേരറിയാത്ത ചില പുതിയ വികാരങ്ങളെ പരിചയപ്പെട്ട നിമിഷം. അടുക്കളയിൽ എന്തോ ഒന്നിന്റെ കുറവ് വല്ലാത്തൊരു നൊമ്പരമായി. അതെന്താണെന്ന്

മനസ്സിലക്കാൻ ഒത്തിരി ബുദ്ധിമുട്ടേണ്ടി വന്നില്ല. ഒരു ശാസ്ത്രജ്ഞന്റെ പരീക്ഷണശാല പോലെ, വളരെ കൗതുകങ്ങൾ ഒളിപ്പിച്ച കളിസ്ഥലം. അത് മാത്രമായിരുന്നു ആ അടുക്കള എനിക്ക് അന്നും ഇന്നും...!

വിറകൊന്നും കണ്ടില്ല അടുക്കളയിൽ. ആകെയുള്ള കൊതുമ്പും മടലും അടുപ്പിലേക്ക് കുത്തിത്തിരുകി വെച്ച്, തീപ്പെട്ടി തപ്പി. അതിന്റെ പരിസരത്ത് പോലും ഒരെണ്ണം കണ്ടില്ല. ഒടുവിൽ പൂജാമുറിയിലെ തീപ്പെട്ടി തന്നെ വേണ്ടി വന്നു കാര്യം കാണാൻ. അതിലെ കൊള്ളികൾ ഓരോന്നായി എന്റെ കളരിയിൽ വിദ്യ പഠിച്ചു. എന്നിട്ടും ഒരു തരി തീയുണ്ടാക്കാൻ കഴിഞ്ഞില്ല. തീപ്പെട്ടി തണുത്തു പോയതാണ്. സ്വയം ആശ്വസിച്ചു. ആവശ്യമില്ലാത്ത നേരത്ത് എപ്പോ കിട്ടിയാലും ആദ്യത്തെ ഉരയിൽ തന്നെ കത്താറുള്ള തീപ്പെട്ടി ഇന്നെന്റെ ക്ഷമ മൊത്തം പരീക്ഷിക്കുന്നു. അടുപ്പിൽ, ചായച്ചെമ്പിൽ വെള്ളം തീ കാത്തിരുന്നു. ഞാനാണേൽ കട്ടൻകാപ്പി എന്ന മോഹം പാതിവഴിയിൽ ഉപേക്ഷിച്ച മട്ടാണ്. 'ദൈവത്തിന്റെ കൈകൾ', അതൊരു വെറും വാക്കല്ല എന്നറിഞ്ഞത് പിന്നീടാണ്...!

"വല്ലപ്പോഴും ഒരു സിഗരറ്റെങ്കിലും വലിച്ചിരുന്നെങ്കിൽ ഇപ്പൊ ഈ അവസ്ഥ വരില്ലായിരുന്നു ട്ടോ...?"

അശരീരി കേട്ട് ഒന്നു ഞെട്ടി. ആ വീട്ടിൽ എന്നെ അല്ലാതെ, വേറെ ആരെയും ഞാൻ പ്രതീക്ഷിക്കുന്നില്ലായിരുന്നു. പരിഭ്രമത്തിൽ കൈയ്യിലെ തീപ്പെട്ടി താഴെയും വീണു. ഞാൻ തിരിഞ്ഞു നോക്കി. വടുക്കോറത്തെ ചായ്പിന്റെ ഓരം ചേർന്ന് ഒരു കാലൻകുടയും ചൂടി ഒരുവൾ നിൽക്കുന്നു. ഏതാണ് ഈ കാലന്റെ തോഴിയെന്ന് മനസ്സിൽ പറഞ്ഞു തീരും മുമ്പേ അവൾ ചായ്പിൽ നിന്നും അടുക്കളയിലേക്ക് കടന്നു. പേര് പോലും ശരിക്ക് ഓർമ്മയില്ലാത്ത ഒരു പെൺകുട്ടി, ശബ്ദം എവിടെയൊക്കെയോ തട്ടി തിരിച്ചു വന്നു. പക്ഷേ, ഓർത്ത് കഷ്ടപ്പെട്ടതല്ലാതെ വേറെ പ്രത്യേകിച്ച് ഗുണം ഒന്നും ഉണ്ടായിരുന്നില്ല. എന്റെ തോളിൽ കിടന്നിരുന്ന തോർത്ത് വലിച്ചെടുത്ത്, പാതി നനഞ്ഞ കൈകൾ തുടച്ച്, എനിക്ക് നേരെ എറിഞ്ഞു. ഞാൻ എന്താണ് നടക്കുന്നത് എന്നറിയാതെ അന്തം വിട്ടു നിന്നു. താഴെ വീണ തീപ്പെട്ടിയെടുത്ത്, ഒരു മണ്ണെണ്ണ വിളക്ക് കത്തിച്ചു. അതും ഒരു തവണ മാത്രമേ തീപ്പെട്ടി ഉരച്ചുള്ളൂ. തീപ്പെട്ടി കോഴിയായയതാണോ അതോ ഇവൾ യമണ്ടൻ വലിയാണോ എന്നു മനസ്സിൽ വെറുതെ ഓർത്തതേയുള്ളൂ, ദേ വന്നു അടുത്ത കമന്റ്,

"ഇങ്ങനെ ബുദ്ധിമുട്ടി ആലോയ്ക്കണ്ട, ഞാൻ ചെയിൻ സ്മോക്കർ ആണ്...!"

ചിന്താമണ്ഡലം വിട്ട് ഞാൻ പുറത്ത് വന്നു.

"ഏയ് ചുമ്മാ.... പറയല്ലേ...!"

"അല്ല ഉണ്ടേൽ എടുക്കൂ, ഓരോന്നു പുകച്ചോണ്ട് ചായ ഉണ്ടാക്കാം... എന്തേ ണ്ടാവോ...?"

“അയ്യേ... ഞാൻ വലിക്കത്തൊന്നും ഇല്ല.”

“പോത്തുപോലെ വളർന്നല്ലോ... വേറെ എന്നാ ചെയ്യും... അടിക്കോ?”

അമ്മ പോലും ചോയിച്ചിട്ടില്ല്യ... അപ്പോഴാ, പേരുപോലും ഓർമ്മയില്ലാത്ത ഒരു കുരുപ്പ്. കരണക്കുറ്റി നോക്കി ഒരെണ്ണം പൊട്ടിക്കാൻ തോന്നി. പിന്നെ വേണ്ടെന്ന് വെച്ചു. ചായ ഉണ്ടാക്കി തന്നില്ലേലോ...?

ഇല്യാച്ച ഇയാൾ ചായ ഉണ്ടാക്കില്ലേ? എന്തൊക്കെ അറിയണം..!

“ഹാ ചുമ്മാ പറയൂന്നേ!”

“വല്ലപ്പോഴും... അത്രേ ഉള്ളൂ!” ഒരല്പം ഗൗരവം കാണിച്ചു നോക്കി.

“ബിയർ ആകും ലേ...!!!”

“ഉം... അല്ല, ഹോട്ട് ഇരുപ്പുണ്ട് എടുക്കട്ടേ തനിക്ക്...!” ശബ്ദം ഒന്ന് കനപ്പിച്ചു.

“ആഹാ... നേരത്തെ പറയണ്ടേ...” അവൾ ഗ്ലാസ് തിരയാൻ തുടങ്ങി.

“അയ്യോ... ചതിച്ചോ... അതേയ്... ഇവിടെ ഇല്ലാട്ടോ... വെറുതെ പറഞ്ഞതാ.”

അവൾ രണ്ട് ചില്ലു ഗ്ലാസ് എടുത്ത് കഴുകാൻ ഭാവിച്ചു. എന്റെ സകല മാനവും കപ്പല് കേറുന്നപോലെ തോന്നി. മുറ്റത്ത് ഒടുക്കത്തെ മഴ തകർത്തു പെയ്യുന്നു.

“അതേയ്... നിർബന്ധാ ച്ചാ, നമ്മക്ക് വാങ്ങിക്കാമെ... ഇപ്പൊ ഇല്ല, രണ്ടു ദിവസം കഴിഞ്ഞ്...” അവളുടെ പുറകെ പോയി, തടഞ്ഞു നിർത്തിക്കൊണ്ട് പറഞ്ഞു.

“എടോ, മാറി നിൽക്ക്... തനിക്ക് ചായ വേണ്ടേ?”

പുറത്ത് പെയ്ത മഴയെ കൂവി തോൽപ്പിച്ചുകൊണ്ട് അകത്ത് മണ്ടത്തരങ്ങളുടെ പേമാരി തന്നെ പെയ്തോണ്ടിരുന്നു. പിന്നീടങ്ങോട്ട് അവളുടെ മുഖത്ത് നോക്കാൻ ഒരു മടിയായിരുന്നു. പക്ഷേ അവളുടെ മുഖത്ത് അതൊന്നും കണ്ടില്ല.

തിളയ്ക്കുന്ന വെള്ളത്തിന്റെ അടപ്പ് തുറന്ന് പൊടിയിടാൻ ഭാവിച്ചു. പെട്ടെന്ന് ഒന്നു തിരിഞ്ഞു നിന്നു.

“എടോ ഇത് കുളിക്കാൻ ആണോ അതോ കുടിക്കാൻ ആണോ?”

“അത് ചായയ്ക്ക്... എന്തേ കിണറ്റിലെ വെള്ളം ആണ്... ഞങ്ങൾ ഇതന്നെ ആണ് കുടിക്കുന്നെ... കുട്ടീടെ മുത്തശ്ശനും ഇന്നലെ ഈ വെള്ളം തന്നാ കുടിച്ചേ... ഞാൻ കണ്ടതാണല്ലോ...!”

“ആ... മതി മതി...! എന്തിനാ ഇത്രേം വെള്ളം... ഒന്നോ രണ്ടോ ഗ്ലാസ് വെള്ളം, അത്രേം മതി... ഇതിപ്പോ ഒരു പത്തുപേർക്കുള്ള വെള്ളം ഉണ്ട്...”

“ആഹാ... കൊള്ളാല്ലോ. ആറെണ്ണം ഞാൻ കുടിക്കാം. നാലെണ്ണം താനും. അടിപൊളിയല്ലേ?”

“അയ്യോ... വേണ്ടായെ... എട്ടെണ്ണം താൻ തന്നെ മോന്ത്... എന്നിട്ട് ബാക്കിയുള്ള രണ്ടെണ്ണം തന്റെ തലയിലും ഒഴിക്ക്... നല്ല വെളിവ് വരട്ടെ!”

ഞാൻ ഒന്നും മിണ്ടിയില്ല. ശകാരത്തിനു അമ്മയുടെ മണം. ഒടുവിൽ അവൾ തന്നെ കുറെ വെള്ളം മാറ്റി വെച്ചു. പൊടിയും ഇട്ടു. അടുപ്പിലെ തീയിന്റെ ചൂട് പാത്രത്തിനകത്തേക്ക് കടന്നപോലെ തോന്നി. ചായ ഒരു വാകപ്പൂപോലെ ചുവന്നു തുടുത്തു...!

“പഞ്ചസാര എവിടെ?”

“എനിക്കറിയാൻ പാടില്ല.”

“ഒന്നു തിരയടോ?”

“പഞ്ചസാര നീല അടപ്പുള്ള പാട്ടയിൽ ആണ്. ഉപ്പ് ചൊമല പാട്ടയിൽ. പിന്നെ എടുത്തത് ഒക്കെ എടുത്തിടത്ത് തന്നെ വെയ്ക്കണം. അടപ്പ് മുറുക്കി അടക്കണം, അതിൽ പെട്ടെന്ന് ഉറുമ്പ് കേറും ട്ടോ...”

“അമ്മ പഠിപ്പിച്ചതാണോ...?”

ഉത്തരം ഇല്ലാതെ തലകുനിച്ചു.

അവൾ വീണ്ടും എന്തോ തിരഞ്ഞു. ഞാൻ പുറത്ത് മഴ നോക്കി നിന്നു.

“ആശാനേ... കട്ടൻ! കുടിച്ചു നോക്കി കുറ്റം പറയ്...!”

“കൊള്ളില്ലേ ഞാൻ കുടിക്കില്ല...”

“ഓ...”

ചായ വാങ്ങി. ഉമ്മറപ്പടിയിൽ മഴ നോക്കി ഞങ്ങൾ ഇരുന്നു. ചില്ലു ഗ്ലാസ്സിലെ ചൂട്, ഉള്ളം കൈയ്യിലൂടെ ശരീരത്തിലേക്ക് ഇരച്ചു കയറി. ആ തണുപ്പൊക്കെയും ശമിപ്പിക്കാൻ പാകത്തിൽ അവൾ ആ ചായയിൽ എന്തോ ചേർത്തിരുന്നു. ചായ ചുണ്ടോടടുപ്പിക്കുന്നതിനു മുമ്പേ ഒന്നു മണത്ത് നോക്കി. ഗ്രാമ്പുവിന്റെ നേർത്ത ഗന്ധം വല്ലാത്തൊരു ഫീൽ നൽകി. മധുരം ഒരല്പം കൂടെ ആകാമായിരുന്നു. പക്ഷേ പറഞ്ഞില്ല. മഴ നേർത്തുവന്നു. ഇളം കാറ്റിന്റെ താളത്തിൽ മുറ്റത്തെ ചെമ്പകമര ത്തിന്റെ ചില്ലകൾ ആടിയുലഞ്ഞു. ആദ്യത്തെ കവിൾ രുചിച്ചപ്പോൾ തന്നെ നൂറ് മാർക്കും കൊടുത്തു.

“ആ തരക്കേടില്ലാത്ത കട്ടൻ. കരോട്ടെ കുഞ്ഞുട്ടേട്ടന്റെ കടയില് ഒന്നു പോയി നോക്കൂ ട്ടോ... അവിടം കിടിലം ആണ്... ഫ്രീ ആകുമ്പോൾ പറ... ഞാൻ കൊണ്ടുപോകാം.” ഒന്നു ദേഷ്യം പിടിപ്പിച്ചുനോക്കി.

“അതേയ്... കഷ്ടപ്പെട്ട് കുടിക്കണ്ട. അവിടെ വെച്ചേക്ക്... ഹല്ല... പിന്നെ.”

മുഖം തിരിച്ചിരുന്നവളുടെ മുടിയിഴകൾ കാറ്റിന്റെ കൂടെപോകാനൊ രുങ്ങി. പിന്നിയിടാൻ മറന്ന മുടിയിഴകളിൽ കുരുങ്ങിക്കിടക്കുന്ന തുളസി ക്കതിരിന്റെ ഗന്ധം എന്നെ തൊട്ടുണർത്തി. നെറ്റിയിലെ നനഞ്ഞ ചന്ദനം വീണ്ടും എന്തൊക്കെയോ ഓർമ്മിപ്പിച്ചു.

‘‘ഹാ... ചായ... ശരിക്കും കൊള്ളാമെടോ... ചായക്കട ഇടാം... വിജയിക്കും...!’’

കണ്ണുരുട്ടി ഒന്ന് നോക്കിയതല്ലാതെ ഒന്നും പറഞ്ഞില്ല...!

പിന്നീട് ആ ചായ കുടിച്ച് തീരും വരെയും കാര്യമായൊന്നും സംസാരിച്ചില്ല. മഴ കണ്ടു. മരപ്പെയ്ത്ത് കണ്ടു. തെന്നൽ കൊണ്ടു. നേരമിരുണ്ടു!

“അപ്പൊ പോട്ടെ മാഷേ... വീട്ടിൽ തിരക്കും...!”

“എപ്പോഴാ വന്നേ, ഡെൽഹീന്ന്...?”

“ഓഹ്... അപ്പൊ ഓർമ്മയുണ്ട്...!”

“മറന്നിട്ടില്ല... മറക്കാതിരിക്കാൻ വേണ്ടി മാത്രം ഓർക്കാറുണ്ട് ഇടയ്ക്കൊക്കെ...!”

“കൊല്ലം പന്ത്രണ്ട് ആയല്ലോ... ഇടയ്ക്കൊന്നു വിളിക്കാൻ പോലും തോന്നീല്ലേ?”

“അഞ്ചാം ക്ലാസ്സിൽ പഠിക്കുമ്പോ ടി സി വാങ്ങിപ്പോയ കൂട്ടുകാരിക്ക് ഫോൺ ഇല്ലായിരുന്നു. പിന്നെ അമ്മ ഉണ്ടായിരുന്നപ്പോൾ വിശേഷങ്ങളൊക്കെ അപ്പുമാമ അമ്മയോട് പറയാറുണ്ട്.”

“അപ്പൂപ്പനോടുള്ള വഴക്കിനിടയിൽ അവർ എന്നെ പറിച്ചു നട്ടതാണ് അങ്ങോട്ട്. രണ്ടാമതൊന്ന് വേരുപിടിക്കാൻ ഒരുപാട് സമയമെടുത്തു. ഒന്നു യാത്രപോലും പറയാൻ പറ്റാതെ പോയി. വലുതായപ്പോ പലപ്പോഴും ഒന്നു എഴുതണംന്നു കരുതീട്ടുണ്ട്. പക്ഷേ, ഓർമ്മയുണ്ടാകുമോ എന്നറിയില്ലല്ലോ. എഴുത്ത് മാറി, വേറെ ആരേലും വാങ്ങി, അത് അച്ഛൻ അറിഞ്ഞാൽ പിന്നെ അത് മതി...”

“ഏറെക്കുറെ ഇതൊക്കെ തന്നെയാണ് ഇവിടെയും. അമ്മ തിരക്കാറുണ്ട് ഇടയ്ക്കിടക്ക്. ഒരിക്കൽ തന്റെ വീട്ടിലെ നമ്പർ കൊണ്ടുവന്നു. വിളിച്ച് വിവരം തിരക്കാൻ പറഞ്ഞു. ഈ‌ഗോ... ഞാൻ അപ്പോഴേ ഓടിച്ചു അമ്മയെ...!”

“നാളെ എന്താ പരിപാടി...?”

“ഒന്നൂല്ല...! എന്തേ...?”

“ഏയ്... ഒന്നുല്ല.... പോട്ടേ...!!”

അവൾ കുടയെടുത്ത് തിരിച്ചു നടന്നു. മഴ മാറി. നനഞ്ഞ പടവുകൾ ഒന്നൊന്നായി ഇറങ്ങുമ്പോൾ അവൾ പട്ടുപാവാട ഒരല്പം പൊക്കി പിടിച്ചു. അവ്യക്തമായ കാലിലെ വെള്ളിക്കൊലുസ്സിന്റെ കിലുക്കം അപ്പോൾ മുതൽ വ്യക്തമായി കേൾക്കാമായിരുന്നു. കൽപ്പടവുകളിറങ്ങി പാടത്തേക്ക് കയറുന്നതിന് മുമ്പേ തോട്ടുവക്കിലെ നീർച്ചാലിൽ നിന്ന് കാലൊന്നുകൂടി കഴുകി. മഴ ചാറലായി ഘനം കുറഞ്ഞു. കുടചുരുക്കി

ശേഷിച്ച ചാറലത്രയും ശിരസ്സേറ്റുവാങ്ങി അവൾ നടന്ന് പോകുന്നത ത്രെയും കാഴ്ച മറയുംവരെ ഞാനും നോക്കി നിന്നു.

അന്ന് വൈകുന്നേരം സൂര്യനേയും ചന്ദ്രനേയും കാത്തിരുന്ന് കണ്ണ് കഴച്ചത് മിച്ചം. ആളനക്കമില്ലാത്ത വീടിന്റെ നിശ്ശബ്ദത, എന്റെ ആത്മാ വിനെ വല്ലാതെ കോറി മുറിവേല്പിക്കാൻ തുടങ്ങിയപ്പോൾ, വെറുതെ തൊടിയിലേക്കിറങ്ങി നിന്നു. ഏകാന്തയുടെ ഏറ്റവും ഭയാനകമായ സൗന്ദര്യം എന്നെ വരിഞ്ഞു മുറുക്കാൻ തുടങ്ങി. മഴതോർന്ന സന്ധ്യയ്ക്ക് മണ്ണിന്റെ മണം! ഒന്നു പൊട്ടിക്കരയാൻ പോലുമാകാതെ മനസ്സ് നിശ്ചല മാകാറില്ലേ... അതുപോലെ തോന്നിയെനിക്ക്. ആ തൊടിയിലെ മരങ്ങളോ രോന്നും ഒരുപാട് സങ്കടങ്ങൾ പറയാതെ പറയുന്നപോലെ. ചിലപ്പോ ഴൊക്കെ ഒരു മരപ്പെയ്ത്തായി ഒരുപാട് സങ്കടങ്ങൾ അവിടെ പെയ്തൊഴി ഞ്ഞിട്ടുണ്ടാകണം. പക്ഷേ, എന്നെ മാത്രം ഒരു പൊയ്ക്കാറ്റും തേടി വന്നില്ല. എന്നിലൊരു മരപ്പെയ്ത്തും ഉടലെടുത്തില്ല. ഞാൻ, ഞാൻ മാത്രമായി.

സർപ്പക്കാവിന്റെ കിഴക്ക് ഭാഗത്തൊരു ചെമ്പക മരമുണ്ട്. വെള്ളയും മഞ്ഞയും കലർന്ന പൂക്കൾ, വിടരുന്നതത്രയും രാത്രിയിലാണ്. കാവിൽ വിളക്ക് വെക്കാറുള്ള മിക്ക ദിവസങ്ങളിലും ഞാൻ ആ മരത്തിന് താഴെ വെറുതെ ചെന്നിരിക്കാറുണ്ട്. അതൊരു സുഖമാണ്. കാവിലെ മരങ്ങളെ തട്ടിയും തലോടിയും ഒരു കാറ്റ് എപ്പോഴും അവിടെത്തന്നെ കാണും. കൂറ്റൻ കരിമ്പനകളുടെ മുകളിൽനിന്നും എല്ല് നുറുങ്ങുന്ന ശബ്ദം പലപ്പോഴും ഞാൻ കേട്ടിട്ടുണ്ട്. ഓരോ കാറ്റിലും ഒരുപാട് കരിയിലകൾ നിലം പതിക്കാറുണ്ട്. അവയോടൊപ്പം ഞെട്ടറ്റു വീഴുന്ന ചെമ്പകപ്പൂക്കൾ...! വായുവിൽ പലവട്ടം കറങ്ങി ഒരു ചെറിയ മോഹാലസ്യത്തിലെന്നവണ്ണം മണ്ണോട് ചേർന്ന് കരിയിലകളിൽ അന്ത്യനിദ്ര കൊള്ളുന്ന പൂക്കൾ. കാറ്റിന ന്നേരം ആ പൂക്കളുടെ മണമാണ്. ഒരു കുഞ്ഞുപൂവിന്റെ മരണം, ആ സന്ധ്യയ്ക്ക് മറ്റൊരു ഭാവം നൽകി. മരണത്തിന്റെ ഏറ്റവും മനോഹര മായ മണം...! അവയെല്ലാം ഒറ്റയ്ക്ക് അനുഭവവേദ്യമാകുമ്പോൾ നേരം പോകുന്നതറിയാൻ തരമില്ല...!

കാവിൽവെച്ച വിളക്കിലെ തിരി പിറകിൽ ശാന്തമായി എരിയുന്നത് വെറുതെ തിരിഞ്ഞു നോക്കി. ചുറ്റുമതിലിനുള്ളിലെ അമ്പഴത്തിന്റെ കൊമ്പിൽ വിളക്കാളുന്നതും നോക്കി ആ വയസ്സൻ ചേര അവിടെത്തന്നെ യുണ്ട്. പ്രായം കൂടുന്തോറും അതിന്റെ തൊലിപ്പുറത്തിന്റെ നിറം മങ്ങുന്നപോലെ. സർപ്പക്കാവുകളും സങ്കല്പങ്ങളും അന്യംനിന്ന് പോകുന്ന കാലത്തും ഇത്തരമൊരു ഭാഗ്യം, ചിലർക്കെങ്കിലും വാസ്തവ വിരുദ്ധമായി തോന്നിയേക്കാം. ചിത്രോടത്തിനു പിറകിൽ പുതിയ ചിതൽ പുറ്റുകൾ ഉടലെടുക്കുന്നു. പാലും നൂറും കൊടുക്കാൻ സമയമായെന്ന് സാരം. നിലാവ് നെറുകയിലെത്തി താഴേക്കു തൂവുന്നു. അമ്മയുള്ളപ്പോൾ

ഇത്രനേരം കാവിലിരിക്കാൻ സമ്മതിക്കില്ല. ഇനിയിപ്പോൾ ആ വിളി പ്രതീക്ഷിക്കണ്ട. എത്ര നേരം വേണേലും ഇവിടിരിക്കാം.

ഒറ്റക്കിരുന്നു ഓർമ്മകളെ മുറിവേല്പിക്കാൻ ഒരു സുഖം. കരള് പിടയുന്ന വേദന...! പാതി മുറിഞ്ഞ മനസ്സിന്റെ പച്ചമുറിവിൽ ഉപ്പ് തേച്ച്, ഇനിയങ്ങോട്ട് ഒറ്റയ്ക്കാണെന്നു പറഞ്ഞു പഠിപ്പിക്കുകയായിരുന്നു ഞാനപ്പോൾ...!

''അതേയ്, വല്ല നാഗകന്യകകളുമായി പ്രണയസല്ലാപത്തി ലാണോ...?"

വീണ്ടും അതേ ശബ്ദം. വഴിതെറ്റി വന്ന കണ്ണുനീരിനെ വലതുകരം കൊണ്ട് മറച്ച്, കൃത്രിമമായി ഒരു ചിരിയുണ്ടാക്കി.

"അസമയത്ത് പെൺകുട്ടികള് കാവിൽ വരാറില്ല..." ചുറ്റുമതിലിന്റെ മുകളിൽ നിന്നും താഴോട്ടിറങ്ങി. വിളക്ക് വെയ്ക്കാൻ കൊണ്ടുവന്ന തീപ്പെട്ടി തിരഞ്ഞെടുത്ത് തിരിച്ചു നടന്നു.

"ഓ... അല്ലേലും നമ്മൾ പെൺകുട്ടികൾക്കെല്ലാം ഇപ്പോൾ ദിവസം മുഴുവൻ അസമയം തന്നെ...! ഒരു സദാചാരക്കാരൻ.... ഹും..."

ആ പറഞ്ഞതിൽ വാസ്തവമുണ്ടെന്ന് എനിക്കും തോന്നി. പെൺ കുട്ടികൾക്ക് നേരെയുള്ള അതിക്രമങ്ങൾക്ക് എന്ത് സമയവും സന്ദർഭവും... ബസ്സായാലും അമ്പലമായാലും നരാധമന്മാർക്ക് ഒരുപോലെ...! മറുപടി ഒന്നും പറഞ്ഞില്ല. മുമ്പേ ഞാനും പുറകെ അവളും നടന്നു.

"അല്ല ഞാനിവിടെ കാണും ന്ന് എങ്ങനെ അറിയാം?" നിശ്ശബ്ദത യുടെ ചില മുരടിച്ച നിമിഷങ്ങൾക്ക് അവിടെ അന്ത്യം...!

"ഇയാൾ എവിടെ പോകാൻ. വീടിന്റെ ഉമ്മറത്ത് വിളക്ക് വെച്ചിട്ടുണ്ട്. വാതിൽ അടച്ചിട്ടില്ല. നല്ല ഒരുകൂട്ട് ചെരുപ്പ് പുറത്തുണ്ട്. ബൈക്ക് മൂടി ത്തന്നെ കിടപ്പുണ്ട്. ഇതിനപ്പുറം ഈ കോമ്പൗണ്ടിൽ ഇയാളുടെ മാനസികാവസ്ഥയ്ക്ക് പറ്റിയ വേറെ ഒരു സ്ഥലംണ്ടോ...?"

അതും ശരിയാണ്. മണ്ടൻ ചോദ്യം. വീണ്ടും നടത്തം തുടങ്ങി. നിലാവിൽ, പകലിനെക്കാളും ഭംഗിയായി തോന്നി കാഴ്ചകൾക്കൊ ക്കെയും...!

"അതേയ്, ഇയാൾക്ക് പേടിയില്ലേ... ഇങ്ങനെ ഇറങ്ങി നടക്കാൻ...?"

"പേടി ഉണ്ടല്ലോ, ആവശ്യത്തിന് ധൈര്യോം ഉണ്ട്. പിന്നെ ഇതൊക്കെ കാണാൻ തൊടങ്ങീട്ട് കൊല്ലം കൊറേ ആയില്ലേ... പക്ഷേ പേടി പോയ തൊക്കെ അച്ഛന്റെ കൂടെകൂടിയ ശേഷം. പുള്ളി ഒരു അസാധാരണ മനു ഷ്യനായിരുന്നു. എന്തിനും പുള്ളിക്ക് പുള്ളീടെ നേരുണ്ട്, ന്യായമുണ്ട്...!'

"അല്ലേലും, വല്യച്ഛൻ അടിപൊളി ആരുന്നു....ല്ലേ...?"

"തനിക്ക് പേടി തോന്നീല്ലേ, ഇങ്ങോട്ട് വരാൻ...?"

“സത്യം പറഞ്ഞാൽ. അതേപ്പറ്റി ഞാൻ ഓർത്തില്ല. ഇയാൾ ഇവിടെ കാണുംന്നു ഒറപ്പിച്ച് ഒറ്റ ഓട്ടമായിരുന്നു...! ഒരുപക്ഷേ ഇവിടെ ഇല്ലായിരുന്നേൽ, പണി പാളിയേനെ... ട്ടോ!”

“ഹ....ഹ”

ഒരു ചിരി മറച്ചുവെച്ചിട്ട് എന്ത് കാര്യം. വെറുതെ ഒന്ന് ചിരിച്ചു. ഉള്ള് കലങ്ങി തന്നെ. വല്ലാത്തൊരു ആശ്വാസംപോലെ.

“ഈ കാവിന് മാത്രമാണ് ഇത്രയും നല്ലൊരു മണം എനിക്ക് തോന്നീട്ടുള്ളത്..”

“ആ... ആ... അത് ഗന്ധർവ്വന്റെയാണ്... പെണ്ണേ വേണേൽ ഓടി വീട്ടിൽ കേറിക്കോ....?”

“അയ്യട... ഇത് ഗന്ധർവ്വനും കോപ്പുമൊന്നുമല്ല. വേറെയെന്തൊക്കെയോ ആണ്...!”

“എന്നാ പിന്നെ അങ്ങനെ തന്നെ...! നിലാവത്ത് പൂത്തു നിൽക്കുന്ന കുങ്കുമപ്പൂക്കളുടേതാകാം, ഇലപൊഴിച്ച് ചോര ചിന്തുന്ന മുരിക്കിൻ പൂക്കളുടേതാകാം... പൂത്തുലയാൻ വേണ്ടി മാത്രം രാത്രിയെ കാമിച്ച മന്ദാരമാകാം... അല്ലെങ്കിൽ പേരറിയാത്ത കാട്ടുവള്ളികളിൽ തളിർത്ത കാട്ടുപൂക്കളുടേതോ അല്ലേ...?”

“അവയ്ക്ക് മാത്രമോ സുഗന്ധം...? കാവ് തീണ്ടിയ നമ്പൂരി പകർന്ന ചുണ്ണാമ്പും മഞ്ഞളും കലർന്ന ചുവന്ന ഗുരുതിവെള്ളത്തിനും ചിത്രോടത്തിനു മുകളിലൊട്ടിയ മഞ്ഞൾപ്രസാദത്തിനും ഈ സർപ്പക്കാവിന്റെ ഏതോ ഒരു കോണിൽ മൂടപ്പെട്ട കരിയിലകൾക്കിടയിൽ മറഞ്ഞിരിക്കുന്ന സർപ്പമുട്ടകൾക്കുമില്ലേ ഭയപ്പെടുത്തുന്നതെങ്കിലും ഒരു ഗന്ധം...! കരിയിലകൾ മൂടുപടം ചാർത്തിയ ഭൂമിക്കുള്ളിൽ നിന്നും പുറത്ത് വരുന്ന നീരാവിക്കുമുണ്ട് കരിയിലകോറിയ ഒരുന്മാദം... എന്തിനേറെ പൂർണ്ണ ചന്ദ്രൻ പൊഴിക്കുന്ന പൂനിലാവിനും ദിശ തെറ്റി വന്ന മന്ദമാരുതനു പോലും ഉണ്ടായിരുന്നു ത്രസിപ്പിക്കുന്ന ഒരു ഗന്ധം...!”

ശരിയായിരുന്നു. ആ കാവിനും വീടിനും ഇടയിൽ മറ്റെന്തൊക്കെയോ ഞങ്ങൾ ചികഞ്ഞെടുക്കുകയായിരുന്നു. അന്നുവരെ കാണാത്തതും കേൾക്കാത്തതും കണ്ടും കേട്ടും ഞങ്ങൾ ആ സന്ധ്യ വർണാഭമാക്കി. അമ്മയുറങ്ങുന്ന മണ്ണിലേക്ക് വെറുതെ തിരിഞ്ഞു നോക്കി. വിജനതയിൽ കൂനകൂട്ടിയ മണ്ണിനു സമീപം, നിലാവത്ത് ഒരു കുഞ്ഞു തുളസിച്ചെടി മാത്രം തലയുയർത്തി അമ്മയ്ക്ക് കൂട്ടിരിക്കുന്നപോലെ തോന്നി. കാവിലെ വിളക്കിന്റെ വെട്ടം നേർത്ത് നേർത്ത് നൂലുപോലെയായി. ആകാശത്തൊരു കാർമേഘം വില്ലനായി. അമ്പിളിയുടെ മുഖം മറച്ച്, പൂനിലാവൊക്കെയും ആ കാർമേഘം കവർന്നു. കാവിലും വഴിയിലും ഇരുട്ടു പടർന്നു. പിറകിൽ നിന്നൊരു കൈ എന്റെ കൈയിൽ മുറുക്കിപ്പിടിച്ചു.

“ആശാനേ, മഴ പെയ്യുമോ...?”

മുറികൂട്ടിപ്പച്ച

വീട്ടിലേക്ക് തിരിച്ചു നടക്കുമ്പോഴൊക്കെയും അവളുടെ സംശയം മഴ പെയ്യുമോ എന്നുള്ളതായിരുന്നു. ഇരുട്ടിത്തുടങ്ങിയതിനാൽ അവളെ കൊണ്ടുവിടാമെന്ന് പറഞ്ഞ് ഞാൻ ബൈക്കിന്റെ ചാവി എടുക്കാൻ അകത്തേക്ക് പോയി. തിരിച്ചുവരുമ്പോൾ അവൾ പടിക്കെട്ടിലിരുന്ന് എന്തോ ആലോചനയിൽ മുഴുകിയതുപോലെ തോന്നി.

"എടോ നമുക്ക് പോണ്ടേ?"

"ഇപ്പോഴേ പോണോ?" അവൾ തിരിഞ്ഞുനോക്കിക്കൊണ്ട് ചോദിച്ചു.

"അത് ശരി. മഴപെയ്യോന്നൊക്കെ ചോദിച്ചു ബഹളം ഉണ്ടാക്കീട്ട് ഇപ്പം ഇതെന്തുപറ്റി?"

"അതൊന്നൂല്ല. എടോ... നമുക്ക് നടന്നു പോയാലോ? ബൈക്ക് അവിടെ ഇരിക്കട്ടെ."

"ആ... എന്നാ വാ നടക്കാം." ഞാൻ നടക്കാൻ ഭാവിച്ചു.

"ഇയാൾക്ക് ഇതെന്താ ഇത്ര തിടുക്കം? അവിടെ ആരെങ്കിലും തന്നെ കാത്തിരിപ്പുണ്ടോ?"

"ശെടാ. ഇതിപ്പോ വാദി പ്രതിയായല്ലോ?"

"താൻ ഇവിടെ ഇരിക്ക് ഇച്ചിരി നേരം." അൽപ്പം നീങ്ങിയിരുന്നു കൊണ്ട് അവൾ പറഞ്ഞു.

"എന്നാപ്പിന്നെ അങ്ങനെ."

ഞാനും അവളുടെ അരികിലിരുന്നു. പടിക്കെട്ടിലിരുന്നു നോക്കിയാൽ പടിപ്പുരവാതിലിലൂടെ നെൽപ്പാടങ്ങളിൽ കാറ്റ് വീഴുന്നതും നിലാവിൽ തിളങ്ങുന്ന വിളഞ്ഞ നെൽമണികളെയും കാണാം. വയൽവരമ്പിലെ കരിമ്പനകളിൽ തൂക്കണാങ്കുരുവികൾ കുടുംബപ്രശ്നങ്ങൾ പറഞ്ഞുതീർക്കണത് കാണാം. പിന്നെ ഇടയ്ക്കൊക്കെ വിജനതയിൽ ഒരു ചൂട്ടിന്റെ വെളിച്ചം പടിപ്പുര കടന്നുവരുന്നതും കാണാറുണ്ട്, ഞാൻ മാത്രം.

"ഇയാൾ എന്താ ഇത്രയും ആലോചിക്കണേ?"

“ഒന്നൂല്ലടോ.”

“പറയടോ കേൾക്കട്ടെ. ഡൽഹിയിലെ വല്ല ഹിന്ദിക്കാരൻ ചെക്കന്മാരെയും മിസ്സ് ചെയ്യുന്നുണ്ടാവും അല്ലേ?”

കണ്ണകിനോട്ടം ഇരുട്ടിലും വ്യക്തമായി കണ്ടു ഞാൻ.

“ഒറ്റ ചവിട്ട് തന്നാൽ പടിപ്പുരയും കടന്നു പാടത്ത് കിടക്കും വേണോ?”

അവൾ വളരെ കാര്യായിട്ടാണ് ചോദിച്ചതെന്ന് മനസ്സിലായി. ഞാനൊന്നു ചിരിച്ചു.

“താൻ പറയടോ. നമുക്ക് പരിഹാരണ്ടാക്കാം.”

“പരിഹാരം ഒന്നുമില്ലാത്തതാണേലോ?” അവൾ അല്പം ഗൗരവത്തോടെ ചോദിച്ചു.

“ഇയാൾ പറ. നമുക്ക് ശ്രമിക്കാടോ.” സമാശ്വസിപ്പിക്കാൻ ഒരു ശ്രമം.

“ഞാൻ നാളെ പോകും. രണ്ടാഴ്ചത്തെ ലീവിനാണ് വന്നത്. അച്ഛനും മുത്തശ്ശനും ഇന്നലെയും വഴക്കായിരുന്നു. എല്ലാം കലങ്ങിത്തെളിയുംന്ന് പ്രതീക്ഷിച്ചാ വന്നേ. ഇതിപ്പോ വരണ്ടായിരുന്നൂന്ന് തോന്നുവാ.”

“വല്യച്ഛന്റെ കാര്യം ആയോണ്ട് മാത്രമാണ് അച്ഛൻ വന്നത്. അമ്മ പണ്ട് ഒത്തിരി ശ്രമിച്ചിരുന്നു, എല്ലാം ശരിയാക്കാൻ. അമ്മ കൂടി പോയപ്പോൾ ഞാൻ ആകെ ഒറ്റയ്ക്കായെടോ. തിരിച്ചു പോണംന്നേ തോന്നുന്നില്ല.”

ഒന്നും പറയാൻ തോന്നിയില്ല. അവൾ പറഞ്ഞതാണ് ശരി. പരിഹാരമില്ലാത്ത പ്രശ്നം.

പിന്നെയും നീണ്ട നിശ്ശബ്ദത. അല്ലേലും അങ്ങനെത്തന്നെയാണല്ലോ എല്ലാം മുന്നിൽ കൊണ്ടുതരും. തരുന്നതിനേക്കാൾ വേഗത്തിൽ തിരിച്ചെടുക്കും. എന്തോ എന്നോട് മാത്രം എന്നും ഇങ്ങനെയാണ് ദൈവം.

നീണ്ട മൗനത്തിന് തിരശ്ശീലയിട്ടുകൊണ്ട് അവൾ ചോദിച്ചു,

“അതേയ്, ഇയാൾ നേരത്തെ എന്തോ പറഞ്ഞുലോ ആൺകുട്ടികളുടെ അസമയത്തെപ്പറ്റി. എന്താപ്പോ അങ്ങനെ തോന്നാൻ?”

“അതൊന്നൂല്ലടാ. അങ്ങനെ തോന്നി. ആൺപെൺ വ്യത്യാസമില്ലാതെ എല്ലാവരും ആക്രമിക്കപ്പെടുന്നുണ്ടെന്ന്. പത്രത്തിലൊക്കെ ഓരോന്ന് കാണാറില്ലേ നമ്മൾ. അത്രേ ഉള്ളൂ.”

“ഓ... അതായിരുന്നോ. ഞാനും കരുതി ഇതെന്തേ ഇങ്ങനെയെന്ന്?”

“അല്ല, ഇയാളുടെ അച്ഛനെ ഇങ്ങോട്ട് ഒന്നും കണ്ടില്ലല്ലോ?”

“അറിയില്ലെടോ. ഞാൻ വിളിച്ചിരുന്നു. വരാമെന്ന് മാത്രം പറഞ്ഞു. ഇടയ്ക്ക് ചോദിക്കാറുണ്ട് തന്നെപ്പറ്റി. അറിയില്ല, ഒരു കോൺടാക്റ്റും

ഇല്ല എന്ന് പറഞ്ഞ് ഞാൻ ഒഴിവാക്കും. തന്നെപ്പറ്റി മാത്രമേ ചോദിക്കാറുള്ളൂ. അതെന്താ അങ്ങനെ?"

"ഞാൻ സ്പെഷ്യൽ അല്ലേ എല്ലാവർക്കും. ദൈവത്തിനുപോലും വലിയ കാര്യാണിഷ്ടാ.. എന്തുണ്ടെങ്കിലും ആദ്യം എന്റെ മേലാണ് പരീക്ഷിക്ക. എത്ര കടുത്തതാണേലും. ഭയങ്കര രസാടോ ഈ ജീവിതം."

കണ്ണുനിറഞ്ഞതും തൊണ്ട ഇടറിയതും ഇരുട്ടിൽ അവൾ അറിഞ്ഞു കാണില്ല. അതോ ഈ ഇരുട്ട് എന്നെ വീണ്ടും ചതിക്കുമോ?

"എടോ താൻ ഓക്കേ അല്ലേ?" അവൾ ഒരു കൈ കൊണ്ട് എന്നെ ചേർത്തുപിടിച്ചു.

"പിന്നല്ലേ. ഞാൻ വെറുതെ ചോദിച്ചതാണ്. രാവിലെ അവിടെ വീട്ടിൽ വന്നു കണ്ടേക്കാം അച്ഛനെ. പോരേ."

"എടോ... പണ്ട് നമ്മൾ പേര് എഴുതിവെച്ച ആ ഉങ്ങുമരം ഇപ്പോഴും ണ്ടോ പുഴക്കടവിൽ?"

കൗതുകം കലർന്ന ആ ചോദ്യം എന്നെയും വല്ലാതെ ഉത്സാഹഭരിതനാക്കി.

"അതൊക്കെ ഓർക്കണുണ്ടോ താൻ?"

"പിന്നില്ലേ. ആകെയുള്ള ഓർമ്മ അതൊക്കെയാണ്."

"ആ മരമൊക്കെ ഒത്തിരി വലുതായി. നമ്മുടെ പേരൊക്കെ തടിച്ചു പൊങ്ങി വികൃതമായിട്ടുണ്ട്."

"പണ്ടൊക്കെ നല്ല വൃത്തിയായി വായിക്കാമായിരുന്നു. ഇടയ്ക്ക് വേറെ ഏതോ പിള്ളേർ അതിന്റെ മേലത്തെ തൊലിയൊക്കെ ചെത്തിക്കളഞ്ഞിരുന്നു. എന്നാലും മരം ഇപ്പോഴും ഉണ്ട് അവിടെ."

"നമുക്കൊന്നു പോയി വന്നാലോ? അത്രേടം വരെ."

"അയിനെന്നാ. വാ പോയേച്ചും വരാം. വീട്ടിൽ തിരക്കോ?"

"തിരക്കട്ടെ. താൻ വന്നേ. ഇനിയിപ്പോ എന്നാണെന്ന് വച്ചാ ഒരു തിരിച്ചു വരവ്?"

കേട്ടപ്പോ സങ്കടം തോന്നിയെങ്കിലും പുറത്തു കാണിച്ചില്ല. പടിപ്പുരയും കടന്ന് ഞങ്ങൾ വയൽവരമ്പിലൂടെ പുഴക്കരയിലേക്ക് നടന്നു. മഴക്കാലം പിണങ്ങിപ്പോയെന്ന് തോന്നുന്നു. നിലാവിന് കട്ടികൂടിയപോലെ. എന്നാലും കാർമേഘങ്ങളുടെ തുണ്ടുകഷണങ്ങൾ അങ്ങിങ്ങായി ചിതറിക്കിടപ്പുണ്ടായിരുന്നു.

ഒരാൾക്ക് മാത്രം കഷ്ടിച്ച് നടക്കാൻ കഴിയുന്ന വയൽവരമ്പിലൂടെ എനിക്ക് മുമ്പിലായി അവൾ നടന്നു. വഴി അവൾക്ക് സുപരിചിതമാണെന്ന് തോന്നി.

"വലിയ മാറ്റങ്ങൾ ഒന്നൂല്ല. എന്നാലും ഒരുപാട് മാറിയപോലെയുമുണ്ട്." വീണ്ടും അവൾ പറഞ്ഞുതുടങ്ങി.

"ഉം..." എന്ന് മാത്രം മൂളിക്കൊടുത്തു.

"പക്ഷേ മാറ്റമില്ലാത്ത ഒന്നുണ്ട് ട്ടോ ഇവിടെ."

"ന്താത്? ആകാംക്ഷയോടെ ഞാൻ ചോദിച്ചു.

അവൾ തിരിഞ്ഞു നിന്നു.

"താൻ തന്നെ. ഒരു മാറ്റവുമില്ലടോ. ഈ താടി മീശയും മാത്രം." ബാക്കി ഒരു ചിരിയിലൊതുക്കി.

അറിയാതെ താടിയിലും മീശയിലും ഒന്ന് പരതി നോക്കി. അവൾ വീണ്ടും നടന്നുതുടങ്ങി. വയൽവരമ്പ് തീർന്നു. റോഡ് മുറിഞ്ഞു കടന്നാൽ പുഴക്കരയെത്തി.

റോഡിലേക്ക് കയറി നിന്നുകൊണ്ട് അവൾ വീണ്ടും ചോദിച്ചു,

"ഇയാൾക്ക് പ്രണയം ഒന്നും ഉണ്ടായില്ലേ ഇതുവരെ?"

ഇല്ലെന്ന് തലയാട്ടിക്കൊടുത്ത് റോഡിലേക്ക് കയറി നിന്നു. വീതി കൂടിയ റോഡിൽ ഞങ്ങൾ ഒരുമിച്ച് നടന്നു.

"അതെന്താ അങ്ങനെ?" അവൾ വിടാൻ ഭാവമില്ല.

"എങ്ങനെ?" ഞാൻ ഒന്നുമറിയാത്തപോലെ ചോദിച്ചു.

"പ്രണയം ഒന്നുമില്ലാത്തത് എന്തേ ന്ന്?"

"തനിക്ക് വേറെ പണിയൊന്നുല്ലേ. ഒന്ന് പോയേ." ഇല്ലാത്ത ദേഷ്യം ഭാവിച്ചു.

"ശ്ശെ... ചെക്കന് ദേഷ്യം ഒക്കെ വരുന്നുണ്ടല്ലോ?"

"ആ വരും. എന്തൊക്കെ അറിയണം. കൂടുതൽ കളിച്ചാൽ ഞാൻ ഇട്ടേച്ചു പോകും. പിന്നെ തിരിച്ച് ഒറ്റയ്ക്ക് പോകേണ്ടിവരും ട്ടോ."

"ഉവ്വ്. ഞാനൊന്നും ചോദിക്കണില്ല.. പോരേ."

പുഴക്കരയിലെത്തി. നിലാവിൽ കുളിച്ച് നിളയങ്ങനെ നിശ്ചലമായി കിടക്കുന്നപോലെ തോന്നി.

"എന്തൊരു ഭംഗിയാടോ. ഈ പുഴയ്ക്ക്?"

"വരുത്തന്മാരൊക്കെ ആദ്യം ഇതന്നാ പറയാറ്." ഞാൻ വെറുതെ ഒന്ന് ചൊടിപ്പിച്ചു.

"വരുത്തനോ?" അവൾക്ക് അത് ഇഷ്ടായില്ല.

"ഇങ്ങനെ തുറിച്ചു നോക്കണ്ട. വെറുതെ പറഞ്ഞതാ. അങ്ങോട്ട് നോക്ക്. അതാണ് ആ മരം ഓടിപ്പോയി കണ്ടേച്ച് വാ."

ഉങ്ങ് മരത്തെ ചൂണ്ടിക്കാണിച്ചുകൊണ്ട് പറഞ്ഞു.

"ഇങ്ങോട്ട് വാ ചെക്കാ. ഒറ്റയ്ക്ക് പോകാൻ എനിക്ക് പേടിയാണ്."

അവളെന്റെ കൈ പിടിച്ചു വലിച്ചുകൊണ്ടുപോയി. അത് ഇഷ്ടപ്പെട്ട പോലെ ഞാൻ കൂടെ പോയി. മരത്തെ തൊട്ടും തലോടിയും ഏറെ നേരം ചെലവഴിച്ചു. മിണ്ടിയും പറഞ്ഞുമിരുന്നപ്പോൾ നേരം പോയതറിഞ്ഞില്ല. പുഴയിൽനിന്ന് കുളിക്കുന്നവരുടെ അവ്യക്തമായ സംഭാഷണ ശകലങ്ങളെ ഞങ്ങൾ കണ്ടില്ലെന്നു നടിച്ചു.

"അതേയ്... മോശം തോന്നില്ലെങ്കിൽ ഞാൻ ഒരു കൂട്ടം ചോദിക്കട്ടെ?"

ആ മുഖവുരയെ ഞാൻ ഭയപ്പെട്ടു.

"ഉം... ചോദിക്ക്."

"ഇയാളുടെ കഴുത്തിന് പുറകിൽ ഒരു വലിയ മുറിപ്പാട് ഉണ്ടല്ലോ. എന്തു പറ്റിയതാ?"

കാലുകളാണ് ആദ്യം നടത്തം അവസാനിപ്പിച്ച് പ്രതികരിച്ചത്. തൊണ്ടയിലെ ഉമിനീർ വറ്റി. നെറ്റിയിൽ ഒരിത്തിരി വിയർപ്പ് പൊടിഞ്ഞു. പിന്നെ അത് പതിന്മടങ്ങായി വർദ്ധിച്ചുകൊണ്ടിരുന്നു. വീണ്ടും... വീണ്ടും...

"ബൈക്കീന്ന് വീണതാടോ. ഒന്നുരണ്ട് മാസം കിടപ്പിലായതൊന്നും താൻ അറിഞ്ഞുകാണില്ലല്ലേ. കുറച്ചു കൊല്ലം മുമ്പാണ്."

മനുഷ്യന്മാർക്ക് എങ്ങനെയാണ് ഇത്ര അനായാസമായി കള്ളം പറയാൻ സാധിക്കുന്നത്? മുഴുമിപ്പിക്കും മുന്നേ ഒരു കുറ്റബോധം എന്നെ ചുറ്റുവരിയുന്നപോലെ തോന്നി.

"ആഹാ... ഇയാൾക്ക് ഇത് എന്റെ മുഖത്ത് നോക്കി പറയാൻ പറ്റുമോ?"

"അതെന്താ അങ്ങനെ ചോദിച്ചേ? എന്നെ വിശ്വാസമില്ലേ?"

"ഉണ്ട്. ഈ പറഞ്ഞത് ഒഴികെ."

"ഒന്ന് വിശ്വസിക്കടോ."

"മതി. എന്നാ ഈ പുഴയെ തൊട്ട് സത്യം ചെയ്യ്."

എത്ര മനോഹരമായാണ് അവളെന്റെ ഇല്ലായ്മകളെ മറച്ചുപിടിച്ചത്. അച്ഛനും വേണ്ട, അമ്മയും വേണ്ട. അച്ഛനോളം മുതിർന്ന അമ്മയോളം പോന്ന വാത്സല്യനിധിയായ നിള. ഞാനൊന്ന് തിരിഞ്ഞുനോക്കി. പുഴയെന്നെ നോക്കി കണ്ണുകൊണ്ട് സമ്മതം തന്നില്ലേ? ഉവ്വ് ഞാൻ കണ്ടിരുന്നു.

"സത്യം. ഈ പുഴയാണ് സത്യം. ഞാൻ ബൈക്കീന്ന് വീണപ്പോൾ ഉണ്ടായതാടോ."

മുഖത്ത് നോക്കാതെ അവൾ മുന്നിൽ നടന്നു. മനസ്സ് കലങ്ങി മറിഞ്ഞു ചിന്തകൾ കുത്തിയൊലിച്ച് ഒഴുകാൻ തുടങ്ങി. എന്താണ് ഇവൾക്ക് പറ്റിയത്?"

"എടോ... ഇയാൾ അതെങ്ങനെ കണ്ടു?"

"മണ്ടത്തരം ചോദിക്കണത് ഒന്നു നിർത്താവോ."

ശരിയാണ് ചടങ്ങുകൾ നടക്കുമ്പോൾ ഷർട്ട് ഇടാറില്ലല്ലോ. സ്വാഭാവികം എന്നാലും ആ മുറിവിനെപ്പറ്റി മാത്രം ചോദിക്കണമെങ്കിൽ... ചിന്തകൾക്ക് ഭാരം കൂടിക്കൂടി വന്നു.

"നാളെ എപ്പോഴാ പോകുന്നത്?"

ഇത്തവണ ചോദ്യശരമുയർത്തത് ഞാനാണ്. നിശ്ശബ്ദത എനിക്കും മടുത്തു തുടങ്ങിയിരുന്നു. മുമ്പേ നടന്നവൾ നടത്തം നിർത്തി. തിരിഞ്ഞു നിന്നു. ഞാൻ അപ്പോഴും നടത്തം നിർത്തിയിരുന്നില്ല. ഏകദേശം അവൾക്കൊപ്പം എത്തി. അവളെയും കടന്ന് പാടവരമ്പിലേക്ക് ഇറങ്ങാൻ ഭാവിച്ചപ്പോൾ അവൾ വീണ്ടും ചോദിച്ചു,

"താൻ ഇപ്പോഴും ഡയറി എഴുതാറുണ്ടോ?"

ഞാൻ നടത്തം നിർത്തിയില്ല. എനിക്ക് അതിന് കഴിഞ്ഞില്ല. ഇനിയും എന്തൊക്കെ ഉത്തരങ്ങൾ നൽകേണ്ടി വരുമെന്നൊരു ഭയം അകാരണമായി എന്നിൽ കടന്നുകൂടി. അവൾ പുറകെ നടന്നുവന്ന് എന്നെ അനുനയിപ്പിക്കാൻ ശ്രമിച്ചു. അപ്പോഴും ഞാൻ നടത്തം നിർത്തിയില്ല. തിരിഞ്ഞു നോക്കിയില്ല. വെറുതെ ഒരു ശാഠ്യം മുഖത്ത് അലങ്കാരത്തിനായി കരുതിവെച്ചു.

അവൾ പറഞ്ഞു കൊണ്ടേയിരുന്നു,

"വല്യച്ഛൻ മരിച്ച ദിവസം ഞങ്ങൾ വന്നപ്പോൾ ഒത്തിരി വൈകിപ്പോയിരുന്നു. മഴ നനഞ്ഞാണ് കയറിവന്നത്. അപ്പഴാ, മുത്തശ്ശൻ ഡ്രസ്സ് മാറ്റാൻ വേണ്ടി ഇയാളുടെ മുറി തുറന്നു തന്നത്. ആരുടെ മുറിയാണെന്നൊന്നും അറിയില്ലായിരുന്നു ആ ഡയറിക്കൂട്ടം കണ്ണിൽപ്പെടുന്നതുവരെ."

വയൽ വരമ്പ് തീർന്നു. വഴി തീർന്നപോലെ ഞാൻ നിന്നു. ഇടവഴിയിലേക്ക് കയറി നിന്നാണ് അവൾ ബാക്കി സംസാരിച്ചു തുടങ്ങിയത്.

"ഞാനൊന്നും വായിച്ചിട്ടില്ല. ഇയാൾ പേടിക്കേണ്ട. പേരുമാത്രം കണ്ടു. തുറന്നു നോക്കണം എന്ന് തോന്നിയിരുന്നു. ഞാൻ പോയ ശേഷമുള്ള എന്റെ കൂട്ടുകാരനെ അറിയണമെന്ന് വെറുതെ ഒരു കൗതുകം തോന്നി. തുറക്കാൻ മനസ്സ് വന്നില്ല. പക്ഷേ, ഒന്ന് ഞാൻ ശ്രദ്ധിച്ചു. തുടർച്ചയായി 15 വർഷത്തെ ഡയറികൾ. അതിൽ ഒരു വർഷത്തെ മാത്രം മിസ്സിംഗ് ആണ്. എന്തായാലും അത് സാധാരണമല്ല."

അവളുടെ മുന്നിൽനിന്ന് ഞാൻ വിയർത്തൊഴുകി. ഒന്നും മിണ്ടാതെ നടന്നു തുടങ്ങി. എത്രയും വേഗം തറവാട് വീട്ടിൽ എത്തണം.

"അമ്മ മരിച്ച കർമ്മങ്ങളൊക്കെ ഡൽഹിയിൽ തന്നെയാണ് ചെയ്തത്. ഇടയ്ക്ക് അച്ഛന്റെ തോളിലും കണ്ടിരുന്നു അതുപോലൊരു മുറിവ്.

കാരണം ഞാൻ ചോദിച്ചിട്ടില്ല. അതിനുമാത്രം ഞങ്ങൾക്കിടയിൽ ഒരു ബോണ്ടിംഗ് ഇല്ലല്ലെടോ."

"അതുകൊണ്ടാകും തന്റെ ദേഹത്തെ മുറിവ് കണ്ടപ്പോൾ ചോദിക്കണമെന്ന് തോന്നിയത്. വല്ല്യമ്മ മരിച്ച ദിവസം രാത്രി ഞാൻ തന്നെ കുറെ അന്വേഷിച്ചിരുന്നു. എവിടെയും കാണാതെ വന്നപ്പോൾ തിരഞ്ഞുതിരഞ്ഞ് ഞാനീ പുഴക്കരയിലും വന്നിരുന്നു. പക്ഷേ എവിടുന്നോ അച്ഛൻ അപ്പോൾ കയറിവന്നു. എന്തിനാ ഇവിടെ നിൽക്കുന്നേ എന്നു ചോദിച്ചു ശകാരിച്ചു. തിരിച്ചു പോകുമ്പോൾ അച്ഛനെ എന്നത്തേതിൽനിന്നും വ്യത്യസ്തമായി മണത്തു. വൃത്തികെട്ട ഒരു ചൂര്. എന്നെ ചേർത്തുപിടിച്ചപ്പോഴൊക്കെ ഓക്കാനം വന്നു എനിക്ക്. തന്നെക്കുറിച്ച് ചോദിച്ചപ്പോൾ കുളിക്കാണെന്ന് പറഞ്ഞു."

നിന്ന നിൽപ്പിൽ ഭൂമി പിളർന്ന് അകത്തേക്ക് പോയിരുന്നെങ്കിലെന്ന് ആശിച്ചുപോയി.

"വല്യച്ഛൻ മരിച്ച ദിവസം വീണ്ടും തന്നെ ഒറ്റയ്ക്ക് വിടരുതെന്ന് എനിക്ക് നിർബന്ധമുണ്ടായിരുന്നു. വന്നപ്പോഴൊക്കെയും ഇയാളെയാണ് നോക്കിയത്. എവിടെയും കണ്ടില്ല. പിന്നെ കണ്ടപ്പോൾ ചുറ്റിലും ഒത്തിരി പേരുണ്ടായിരുന്നു. ഞാൻ അന്നേരം മുഴുവൻ ഇയാളുടെ മുറിയിലായിരുന്നു. തുറന്നില്ലേലും എനിക്ക് ആ ഡയറികളെ മുഴുവൻ വായിക്കാൻ കഴിയുന്നുണ്ടായിരുന്നടോ."

ഇന്ധനം തീർന്ന പോലെ ഇരമ്പി നിന്നു കാലുകൾ. വീട് എത്തിയിരുന്നു. കാഴ്ച മറയ്ക്കുംവിധം കണ്ണുനീർത്തുള്ളികൾ. വീണ്ടും കണ്ടുമുട്ടരുതായിരുന്നുവെന്ന് ഞാനപ്പോൾ ആഗ്രഹിച്ചിരുന്നോ.?

"ആരാത്, ശ്രീയല്ലേ?"

പുറകിൽ അപ്പുമാമയുടെ ശബ്ദം. അവൾ മറുപടി പറഞ്ഞില്ല.

"അല്ലാതെ. വേറെ ആരാ ഈ സമയത്ത് ഇറങ്ങി നടക്കാ. മേലായ്ക വരുമ്പോ പടിച്ചോളും. കേറിപ്പോരെ കൊച്ചേ."

സജിപ്പാൻ... ആ ശബ്ദം എനിക്ക് മറക്കാൻ പറ്റില്ല. അപ്പുമാമേട മോൻ. ശ്രീക്കുട്ടീടെ അച്ഛൻ.

ചെറിയ മൗനത്തിന് ശേഷമാണെങ്കിലും എനിക്ക് മറുപടി പറയണമെന്ന് തോന്നി.

"അപ്പുമാമേ, അലോഷിയാണ്. കൊണ്ടുവിടാൻ വന്നതാണ്. അസമയം അല്ലേ. ഒറ്റയ്ക്ക് വിടേണ്ടാ എന്നുവച്ചു. രാത്രിയായാൽ കാഴ്ച കൂടണ ജാതികളാണ്. ഞാൻ പോട്ടെ. കേറണില്ല. അപ്പുമാമേടെ പേരക്കുട്ടിയാണേലും ഇവൾക്ക് ഇരുട്ടൊക്കെ ഭയങ്കര പേടിയാണ്. പേടിത്തൊണ്ടി."

അത്രയെങ്കിലും എനിക്ക് പറയണമായിരുന്നു. മറുപടിയൊന്നും

വന്നില്ല. വരില്ലെന്ന് എനിക്ക് തീർച്ചയായിരുന്നു. അതിനായി കാത്തു നിന്നതുമില്ല. യാത്ര പറയാനാകാതെ തിരിച്ചുനടക്കാൻ ഒരുങ്ങുമ്പോൾ അവൾ വീണ്ടും പറഞ്ഞു..

"അന്ന് രാത്രിയിൽ അച്ഛന്റെ മുറിവ് വെച്ച് കെട്ടിയത് ഞാനാണ്. ചായിപ്പിലെ തകരം ഷീറ്റ് കൊണ്ട് മുറിഞ്ഞതാണ് എന്ന് പറഞ്ഞ് വിശ്വസിപ്പിച്ചു അമ്മയെ. എന്താ നടന്നിരിക്കാ എന്നൊന്നും മനസ്സിലാക്കാൻ എനിക്ക് കഴിഞ്ഞില്ല. തന്നെ കാണാൻ വന്നപ്പോൾ ആൾക്കൂട്ടത്തിന്റെ നടുവിലായിരുന്നു ഇയാൾ. പിന്നെ ഞാൻ പോയത് തന്റെ റൂമിലോട്ടാണ്. അവിടെ കട്ടിലിന്റെ അടിയിൽ തന്റെ ഷർട്ട് കിടക്കുന്നത് കണ്ടു. എടുത്തു നോക്കിയപ്പോൾ അതിന്റെ ഒരു വശം കീറിയതായും. എവിടേലും തട്ടി കീറിയതാവും എന്ന് കരുതി സമാധാനിക്കാൻ പറ്റി അന്ന്. പക്ഷേ ഉടുപ്പിന് എന്തെന്നില്ലാത്ത ചൂര്. മദ്യത്തിന്റെ മണം. പോക്കറ്റിൽ സിഗരറ്റിന്റെ ചാരം. എത്ര കൂട്ടിവായിച്ചിട്ടും ഒന്നും മനസ്സിലായില്ല. കേട്ടുകേൾവിയില്ലാത്ത കാര്യങ്ങൾക്ക് പൊരുത്തപ്പെടാൻ നമുക്ക് സമയം കൂടുതൽ വേണ്ടിവരും. പക്ഷേ അച്ഛന്റെ മുറിവിൽ മരുന്നു വയ്ക്കുമ്പോഴും അതേ മണം തന്നെയാണ് എനിക്ക് അന്ന് അനുഭവപ്പെട്ടത്.

പതിയെ ഞാൻ വളർന്നു. എന്റെ സംശയങ്ങൾക്ക് മൂർച്ച കൂടി. അച്ഛനിലേക്കുള്ള ദൂരം കൂടി. കാരണങ്ങളൊന്നുമില്ലാതെ വഴക്കുകൾ പതിവായി. മനസ്സിന്റെ ഒരു കോണിൽ ഞാൻ അയാളെ വെറുപ്പിന്റെ ചരടിൽ തളച്ചു. അച്ഛൻ ഇല്ലാതെയായി. തനിക്ക് അമ്മയെ മാത്രം നഷ്ടപ്പെട്ടപ്പോൾ എനിക്ക് അമ്മയെയും അച്ഛനെയും നഷ്ടപ്പെട്ടു. ഒരിക്കലെങ്കിലും മുന്നിൽ വന്നുനിന്ന് സംസാരിക്കണമെന്നും മാപ്പു പറയണമെന്നും ആഗ്രഹിച്ചിരുന്നു. അതിന് കഴിഞ്ഞില്ലെന്നു മാത്രം. പക്ഷേ തന്റെ കാഴ്ചയിൽ നിന്നും കഴിയുന്നത്ര മറച്ചുപിടിക്കാൻ, പരസ്പരം കാണാതിരിക്കാൻ എനിക്ക് അയാളെ അകറ്റി നിർത്തണമായിരുന്നു. അതിനുവേണ്ടതൊക്കെയും ഞാൻ ചെയ്തിരുന്നു. അച്ഛനെ ഞാൻ ഡൽഹിയിൽതന്നെ നിർത്തി. പഠനവും മറ്റ് അസൗകര്യങ്ങളും നാട്ടിലോട്ട് വരാനുള്ള തടസ്സങ്ങളാക്കി. അത്രയെങ്കിലും എനിക്ക് ചെയ്യണമായിരുന്നു."

"കാവിൽ വച്ച് താൻ അസമയത്തെക്കുറിച്ച് സംസാരിച്ചതോടെ എന്റെ സംശയങ്ങൾക്കും കാത്തിരിപ്പിനും അറുതിയായെടോ."

നാവിറങ്ങിപ്പോയപോലെ നിശ്ശബ്ദനായി ഞാൻ. നിലാവിന് ഒരു കുറവുമില്ല. കാറ്റിൽ മുടികൾ പരത്തി അവൾ അങ്ങനെ എന്നെ നോക്കി നിന്നു. ഇടയ്ക്കെപ്പോഴോ അവൾ ചോദിച്ചു,

"ഞാൻ തന്നെയൊന്ന് കെട്ടിപ്പിടിച്ചോട്ടെ?"

ഇനിയൊരൽപ്പം വിശ്രമിക്കാം...!

ഇടവപ്പാതി വൈകുമെന്ന് പത്രത്തിൽ ഉണ്ടായിരുന്നുവെന്നു കുഞ്ഞുട്ടേട്ടനാണ് പറഞ്ഞത്. എൺപതുകളിലും അതിമനോഹരമായി പത്രം വായിക്കുകയും കടയിൽ വരുന്നവരെ നിർബന്ധിച്ചു വായിപ്പിക്കുകയും ചെയ്യാറുള്ള 'കുഞ്ഞുട്ടേട്ടൻ' ഈ നാടിന്റെ തന്നെ സ്വകാര്യ അഹങ്കാരമാണ്, അലങ്കാരമാണ്! വീടിന്റെ ഉമ്മറക്കോലായിൽ രാമായണപാരായണം തകൃതിയായി നടക്കുന്നു. ഏറെ പരിചയമുള്ള സ്വരം! അതേ കുഞ്ഞുട്ടേട്ടൻ തന്നെ!! പക്ഷേ, ഇന്നെന്തോ കാർക്കശ്യത്തിന് ഒരു അയവുണ്ട്. കാവിമുണ്ടും കാവിജുബ്ബയും തോളിലൊരു കാവി തോർത്തും. കാശി രാമേശ്വരം പോയി വന്ന ശേഷം കാഷായ വസ്ത്രധാരിയാണ് അദ്ദേഹം. എപ്പോഴും ഒരു നനച്ച ചന്ദനത്തിന്റെ മണമാണ്. ഇന്നെന്തോ ആരെയും നോക്കുന്നില്ല. ശബ്ദം ഇടയ്ക്കിടെ പതറുന്ന പോലെ. വെള്ളയുടുത്ത കൺപീലികൾ ഈറനണിയുന്നപോലെ. ഇടയ്ക്കിടെ, വലതു കൈപത്തി കണ്ണിനെ തലോടി കടന്നുപോകുന്നു. എങ്കിലും ഇടമുറിയാതെ വായന... ശ്രോതാവായി ഞാൻ ആ വീടിന്റെ മേൽക്കൂര നോക്കി കണ്ണടച്ച് കിടക്കുന്നു. പനയോലക്കീറ് കൊണ്ട് ഓട്ടയടച്ച ഓടുമേൽക്കൂരയുടെ പട്ടികയിലത്രയും ചിലന്തി വലയാണ്. ആർക്കും ഒരു ശ്രദ്ധയുമില്ല. പൊട്ടിയ ഓട് മാറ്റാൻ കയറിയപ്പോൾ എനിക്ക് ചെയ്യാവുന്നതേ ഉണ്ടായിരുന്നുള്ളൂ. വൈകിയെത്തിയ വിവേകം!

അറിഞ്ഞും പറഞ്ഞറിഞ്ഞും കുടുംബക്കാരെല്ലാം ഓടിയെത്തിത്തുടങ്ങി. എല്ലാവരും എന്നെചൊല്ലി പരിതപിക്കുന്നു. രണ്ട് ദിവസം വീട്ടിൽ ഇരുന്നപ്പോൾ കുറ്റം പറഞ്ഞ അമ്മായിമാർ അലമുറയിട്ടു കരയുന്നു. പശ്ചാത്താപം നുരഞ്ഞു പൊങ്ങുകയാണോ? അച്ഛനെ കാണാൻ ഇല്ല! ചേച്ചിമാരൊക്കെ കാണുമ്പോൾ വഴക്കടിക്കുമായിരുന്നെങ്കിലും, കല്യാണം കഴിഞ്ഞതോടെ വാത്സല്യനിധികളായി. ഇപ്പൊ, പ്രതികരിക്കാൻ പോലും കഴിയാതെ മരവിച്ചു പോയി! ജീവിച്ചു തീർത്ത വർഷങ്ങളേക്കാൾ പ്രയാസമാണ് മരണശേഷമുള്ള കുറച്ചു മണിക്കൂറുകളെന്ന് മരിച്ചവർക്ക് മാത്രമല്ലേ അറിയൂ! ആത്മാവും ശരീരവും

രണ്ടായി നിൽക്കുന്ന സമയം, പച്ചമാംസം തുന്നികെട്ടുന്നപോലെ മനസ്സ് വേദനിക്കും.

കൂട്ടുകാരൊക്കെ ഓരോ മൂലയിൽ നിശ്ചലമായി നിൽക്കുന്നുണ്ട്. അവർക്ക് ടീമിലെ കളിക്കാരൻ നഷ്ടപ്പെട്ട സങ്കടമുണ്ടാകും. പരീക്ഷയ്ക്ക് തലേന്ന് പഠിപ്പിച്ചുകൊടുക്കാൻ ആളില്ലാതെപോയ സങ്കടവും കാണും. ഇനിയൊരു പ്രണയത്തിനും ഹംസമാകാൻ കഴിയില്ലല്ലോ എന്നത് എന്നെയും വേദനിപ്പിക്കുന്നു. ഇന്ന് വൈകീട്ട് കള്ളുകുടി സേവ കാണും, തീർച്ച. ഓടയിലൊന്നും പോയി വീഴാതെ എല്ലാം തിരിച്ചു വീടെത്തിയാൽ മതിയായിരുന്നു. ഇന്ന് കള്ള് മേടിക്കാൻ പോകുന്നത് ആരാണോ എന്തോ, ഞാനും കുഞ്ഞാപ്പുവുമാണ് മിക്കവാറും പോകാറ്. വെറുതെയൊന്നുമല്ല, എന്റെ ബൈക്കിൽ പെട്രോൾ അടിക്കാൻ അമ്പത് രൂപയും രണ്ട് അവിൽ മിൽക്കിന് ഇരുപത് രൂപയും അങ്ങനെ ആകെ എഴുപത് രൂപ റൊക്കം വാങ്ങിയാണ് നല്ലവരായ ഞങ്ങൾ ഈ സൽകർമ്മം ചെയ്യാറ്! ഇന്നിപ്പോ? എന്തോ എനിക്കറിയില്ല. കുഞ്ഞാപ്പുവിന് ബോധം വന്നിട്ടില്ലെന്ന് അവന്റെ ഉമ്മച്ചി വിതുമ്പുന്നുണ്ടായിരുന്നു. ബൈക്കിന്റെ ഒന്നും ബാക്കിയില്ലെന്നാണ് നാട്ടുകാർ പിറുപിറുക്കുന്നത്. യമദേവൻ ഒരല്പം തിടുക്കം കാണിച്ചുവോ!

ആട്ടിൻകൂട്ടിൽ നിന്നും തള്ളയാടിന്റെ കരച്ചിൽ വ്യക്തമായി കേൾക്കാം. ഒരുപക്ഷേ കുഞ്ഞുങ്ങൾ കൂട് തുറന്ന് പുറത്ത് ചാടിക്കാണും. രണ്ടു പേർക്കും ഇത് കടിഞ്ഞൂൽ പ്രസവമായിരുന്നു. ഇരുവർക്കും ഓരോ പെടക്കുട്ടികൾ. ഒരുപക്ഷേ ഇന്ന് ആരും കൂട് തുറന്നു വിട്ടുകാണില്ല. കാടി വെള്ളവും കൊടുത്തുകാണില്ല. ആട്ടിൻകുട്ടികളെ ആരോ ഉമ്മറത്തെ പുളിമരത്തിൽ പിടിച്ചു കെട്ടിയിട്ടുണ്ട്. അവർക്ക് ആ ബന്ധനം പുതുമയുള്ളതാണ്. ഞാൻ ഇതുവരെ അവറ്റകളുടെ കഴുത്തിൽ ഒരു വടം പോലും കെട്ടിയിട്ടില്ല . മാറ്റങ്ങൾ ഉൾക്കൊള്ളാൻ അവർക്കും കഴിയട്ടെ. മനുഷ്യരെപ്പോലെ.

കറുമ്പിപ്പശുവിന് അടുത്ത മാസം പ്രസവമാണ്. രണ്ട് ദിവസത്തേക്കുള്ള പുല്ലരിഞ്ഞുവെച്ചിട്ടുണ്ട്. വൈക്കോൽ കൂനയിനിയും പകുതിയായിട്ടില്ല. രണ്ട് കുല മൂവാണ്ടൻ മാങ്ങ പഴുപ്പിക്കാൻ ഞാൻ വൈക്കോൽ കൂനയിൽ വച്ചിട്ടുണ്ട്. അത് കുഞ്ഞാപ്പുവിനറിയാം. ഓർക്കുന്നുണ്ടോ എന്തോ...? മഴക്കാലം വല്യ ബുദ്ധിമുട്ട് ഉണ്ടാക്കാതെ പോകുമായിരിക്കും. പ്രാവിനെ തുറന്നു വിടുമ്പോൾ സൂക്ഷിക്കണം, അവറ്റകൾക്ക് എന്റെ ശബ്ദം മാത്രമേ തിരിച്ചറിയൂ... ഇനിയിപ്പോ? ആലോചിച്ചിട്ട് ഒരു എത്തുംപിടിയും കിട്ടുന്നില്ല.

പന്തല് കെട്ടുന്നതും ലൈറ്റുകൾ ഇടുന്നതുമൊക്കെ നമുക്ക് വേണ്ടപ്പെട്ടവർ തന്നെയാണ്. അമ്പരപ്പ് മാറാതെ നാട്ടുകാരൊക്കെ ഇപ്പോഴും എന്തൊക്കെയോ കുശുകുശുക്കുന്നുണ്ട്. എല്ലാത്തവണയും പോലെ

ലക്ഷ്മി ഏടത്തി തന്നെയാണ് അടുപ്പ് കൂട്ടുന്നതും പാചകം ചെയ്യുന്നതും. ഏടത്തിക്ക് സഹായിയായി നിൽക്കാൻ എനിക്കിഷ്ടമായിരുന്നു. പാചകം പഠിപ്പിച്ചവരിൽ ഏടത്തിയും എനിക്ക് ഗുരുവാണ്... പക്ഷേ, ഇന്ന് മുണ്ടിന്റെ അറ്റം കൊണ്ടു മൂക്ക് ചീറ്റിയും കണ്ണു തുടച്ചും ഏടത്തിക്ക് ഒട്ടും വേഗം ഇല്ല. ഇതിനിതെന്ത് പറ്റിയെന്തോ!!

കൂടെപ്പിറപ്പുകളുടെയും കൂട്ടുകാരുടെയും കണ്ണിൽ ഒന്നല്ല ഒരു നൂറ് ഇടവപ്പാതികൾ പെയ്തൊഴിഞ്ഞു. ഒട്ടേറെ കാറ്റും കോളും ബാക്കിയാക്കി പെയ്തു തോരാൻ മടിച്ച് ഒരു മഴക്കാലമത്രയും എന്റെ ഹൃദയത്തിന്റെ നീലാകാശത്ത് കരിനീലിച്ചു.

ഉമ്മറക്കോലായിലെ ആൾക്കൂട്ടത്തിന് നടുവിൽ വിരിച്ചിട്ട പുൽപ്പായയിൽ ഞാൻ ഒറ്റയ്ക്ക് കിടന്നു. ഇനി ഒരിക്കലും തനിച്ചാകാതിരിക്കാൻ ശ്രമിക്കണം. എന്തോ, ജീവിതത്തിൽ ആദ്യമായി ഏകാന്തത എന്നെ ഭയപ്പെടുത്തുന്നതായി തോന്നുന്നു. ചിലയോർമ്മകൾ ഉള്ളിൽ ഉഷ്ണിക്കുന്നു.

പ്രതീക്ഷകളൊക്കെ തെറ്റിച്ചാണ്, അവൾ കയറി വന്നത്. ആര് പറഞ്ഞറിഞ്ഞതാണ് എന്ന് ഊഹിക്കാൻ പോലും പറ്റുന്നില്ല. അനിയത്തിക്കുട്ടിയായിരിക്കണം കൂടെ. ഇത്രയും മൗനമായൊരു ഭാവം ഒരിക്കൽ പോലും ഞാൻ കണ്ടിട്ടില്ല. എപ്പോഴും ആർത്തലയ്ക്കുന്നവൾക്ക് ഈ ഭാവം ഒട്ടും ചേരുന്നില്ല. ഒരിക്കൽ ബസ് കാത്തുനിൽക്കുമ്പോൾ ഓണാഘോഷ പരിപാടിക്ക് പട്ടുപാവാടയിട്ടു വരാമോ എന്നു ചോദിച്ചതിന്, ഒരു നോട്ടം കൊണ്ട് എന്നെ ഓടിച്ചതാണ്. പിന്നെ അവളുടെ മുഖത്ത് നേരെ നോക്കിയിട്ടില്ല. മുത്തശ്ശിയാർക്കാവിലെ പൂരത്തിനും ലിനി ടീച്ചറുടെ കല്യാണത്തിനും ഇതേ ചോദ്യം ഞാൻ ചോദിച്ചതാണ്. അന്നൊക്കെ, കണ്ണകിയെപോലെ ഒരു നോട്ടം കൊണ്ട് എന്നെ ഭസ്മമാക്കിക്കളഞ്ഞ ചരിത്രമേയുള്ളൂ. അവളധികം ചിരിച്ചു കണ്ടിട്ടില്ല. അവളുടെ കണ്ണുകൾക്ക് വേണ്ടിയാണോ കൺമഷി കണ്ടുപിടിച്ചതെന്നുപോലും പലപ്പോഴും തോന്നിയിട്ടുണ്ട്.

ഉത്സവത്തിന് ഞാൻ വാങ്ങിയ കരിവളകൾ മാത്രം, അവൾ വാങ്ങി. ബസ്സിൽ വെച്ച് ഇനി ഒരു പ്രശ്നം ഉണ്ടാകരുതെന്ന് കരുതി വാങ്ങിയതാണോ എന്തോ നാളിതുവരെയും അവൾ അത് അണിഞ്ഞു കണ്ടില്ല. ബസ്സിൽ സൈഡ് കമ്പിയിൽ പിടിക്കുമ്പോൾ, മഴയിൽ കുട ചൂടുമ്പോൾ, ദേശവിളക്കിന് താലം എടുത്തപ്പോൾ... അങ്ങനെ എല്ലായ്പ്പോഴും ഞാൻ അവളുടെ കൈയിലേക്ക് കണ്ണെറിയാറുണ്ടായിരുന്നു. എങ്കിലും നിരാശപ്പെട്ടില്ല, ഒരു ദിവസം എനിക്ക് വേണ്ടി അവൾ അത് അണിഞ്ഞ് വരും എന്നുതന്നെ പ്രത്യാശിച്ചു...

ഇന്നെന്റെ ദിവസമാണ്...! കണ്ടില്ലേ, അവൾ എനിക്ക് വേണ്ടി സ്വർണ നിറമുള്ള കസവുള്ള ചുവന്ന പട്ടുപാവാടയിട്ടവൾ വന്നു നിൽക്കുന്നത്.

ഒന്നു കാത് കൂർപ്പിച്ചാൽ കേൾക്കാം, ആരോടെന്നില്ലാതെ അവളുടെ കൈയിലെ കരിവളകൾ കലപില കൂട്ടുന്നത്. അതേ, അന്ന് ഞാൻ വാങ്ങിക്കൊടുത്ത അതേ വളകൾ. ഒരു ഡസൻ വളകൾക്ക് ഇരുപത്തഞ്ച് രൂപ. അവളുടെ വെളുത്ത കൈകളിൽ കറുത്ത കുപ്പിവളകൾ അലസമായി കിടക്കുന്നത് ഒരഴക് തന്നെയാണ്. പക്ഷേ, എന്നും എല്ലാവരെയും കാണുമ്പോൾ എനിക്ക് നേരെ എറിയാറുള്ള ആ രൗദ്രഭാവം ഇന്നില്ല. പകരം, പറയാൻ ബാക്കിയാക്കിയ ഒത്തിരി വിശേഷങ്ങളും ഒരുമിച്ച് കാണാൻ ബാക്കിവെച്ച കുറേ സ്വപ്നങ്ങളും അവളുടെ കൺപീലികളിലൊരു ഈറനായി ഒതുങ്ങിയോ!

കണ്ണുനീർ തുടച്ച കൈകൾ അലസമായി താഴെയിറക്കിയപ്പോൾ കുപ്പിവളകളിലൊന്ന് കരഞ്ഞു. അവയിൽ ഒരെണ്ണം താഴെ നിലത്ത് വീണ് ചിന്നഭിന്നമാകുന്ന ശബ്ദം എന്റെ കർണപടങ്ങളെ തേടിയെത്തി. ഒരു വളപ്പൊട്ട് എന്റെ കാൽക്കലേക്ക് തെറിച്ചുവീണു. അത് എന്തോ പറയാൻ ശ്രമിക്കുന്നുണ്ടായിരുന്നു... അടുത്ത ജന്മത്തിലെപ്പോഴെങ്കിലും വീണ്ടും കാണാൻ ഭാഗ്യമുണ്ടായാൽ ചോദിക്കാൻ ഒരു ചോദ്യം ബാക്കിവെച്ചിട്ടുണ്ട് ഞാൻ... "ഇത്രയും സ്നേഹം ഒളിപ്പിച്ചുവെച്ച്, എന്തിനാണ് പെണ്ണേ, എന്നെ നീയിങ്ങനെ അകറ്റി നിർത്തിയതെന്ന്!" എങ്കിലും എന്റെ യമദേവ, നിങ്ങളായിരുന്നുവോ എന്റെ പ്രണയകഥയിലെ ഹംസം!!

ഹോ, ആരാണാവോ ഈ ചന്ദനത്തിരി വാങ്ങിയത്. ഇതിനു വല്ലാത്ത ഒരു ചൂരാണ്. ശ്വാസകോശം അസ്വസ്ഥമാകുന്നതുപോലെ. നിലവിളക്കിന് ഒടുക്കത്തെ ചൂടാണ്. അതു പോരാത്തതിന് നാളികേരമുറിയിൽ കത്തിച്ച് വെച്ച എള്ളുതിരി വേറെ... ഈ ശ്രീകോവിലിൽ ഇരിക്കുന്ന ദൈവങ്ങളെ സമ്മതിച്ചു കൊടുക്കണം. എന്തൊരു ഉഷ്ണം ആയിരിക്കും... അമ്പോ...!

കാലം തെറ്റി അശോകം ചുവന്ന് പൂത്തപ്പോൾ ഞാൻ ഒത്തിരി സന്തോഷിച്ചിരുന്നു. തടമെടുത്തും വെള്ളം നനച്ചും ഒത്തിരി നോക്കിയിട്ടുണ്ട് ഞാൻ അതിനെ. കഴിഞ്ഞ രണ്ടു വർഷവും പൂക്കാൻ മടിച്ചപ്പോൾ, അച്ഛൻ പറയുന്നത് കേട്ടു വെട്ടിക്കളഞ്ഞേക്കാം എന്ന്. ചിലപ്പോൾ അത് അശോകവും കേട്ട് കാണും. തെക്കോറത്ത്, ഒരു വലിയ ശബ്ദം! അതേ മാവാണ്. പുളി മാവ്... അത്രയും ചവർപ്പ് കുടിച്ച് തുപ്പിയ ജീവിതത്തിന് മേമ്പൊടിപോലെ ഇത്തിരി പുളിമധുരം കൂടി.

പഞ്ചാര മണൽത്തരികളിൽ ചിതയൊരുക്കി , നിളയെന്നെ കാത്തിരുന്നു. വെയിൽ മാഞ്ഞില്ല. മഴ പെയ്തില്ല. ആകാശം പാതിയിരുണ്ടു. രാജകീയ പ്രൗഡിയിൽ കുളികഴിഞ്ഞു. വെള്ളയുടുപ്പിച്ചു. ചിലരെന്നെ ചുമന്നു. ആദ്യമായി ആ പുഴക്കരയിലേക്കുള്ള ദൂരം കൂടണേയെന്ന് ആഗ്രഹിച്ചപ്പോലെ. സത്യം പറഞ്ഞാൽ, ആരൊക്കെയോ ചേർന്ന് വലിച്ചിഴയ്ക്കുന്ന പോലെയാണ് തോന്നിയത്. സ്കൂളിലേക്ക് പോകാൻ മടി

കാണിക്കുന്ന കുഞ്ഞിനെപോലെ ഞാൻ പലകുറി പുറകോട്ടാഞ്ഞതാണ്. ശരീരത്തിനൊട്ടും ആവതില്ലായിരുന്നു.

അഗ്നിപർവ്വതം പൊട്ടി ലാവയൊഴുകുംപോലെ ചിതയെരിഞ്ഞു. അശോകപുഷ്പങ്ങളെക്കാൾ ചുവപ്പുണ്ടായിരുന്നു ആ ചിതയ്ക്ക്. കാറ്റ് പിടിച്ച ചൂട്, അശോകത്തെ ലക്ഷ്യമാക്കി വീശി. ആ പൂക്കൾ വാടിയില്ല! ഇലകൾ കരിഞ്ഞില്ല!! അവർക്കെന്തോ, മുൻധാരണയുള്ളപോലെ!!

കറുത്ത രാത്രിക്കു കൂട്ട് വെളുത്ത നിലാവും തണുത്ത കാറ്റും മാത്രം. നിലാവിൽ നിളയൊരു മാലാഖയാണ്. ഒഴുകുകയാണോ അതോ നിശ്ചലമാണോ എന്ന് തിരിച്ചറിയനാകാതെ ഒഴുക്കിന്റെ വേഗം കുറച്ച് പുഴയെന്തൊ പറയാൻ ശ്രമിക്കുന്നപോലെ. ഇല്ലായ്മകളെല്ലാം മറച്ചു വെച്ച്, കാണുന്നവരെയെല്ലാം തന്റെ സൗന്ദര്യലഹരിയിൽ ആറാടിക്കുന്ന നിള! ഒരു മഴ തക്കംപാർത്തു. കാർമേഘം കലർന്ന് നിലാവിന്റെ നിറം മാറി. കറുത്ത നിലാവിനെ ചിലർ ഇരുട്ടെന്ന് വിളിച്ചു. നിറം മാറിയ നിലാവിൽ നിളയൊഴുകാൻ മറന്നുവോ? അതോ പുക വമിക്കുന്ന ചിത തേടി വന്നവൾക്ക് കൂട്ടിരുന്നതോ? ഏതാനും ചില നിമിഷങ്ങൾക്കപ്പുറം വീണ്ടും നിള തെളിഞ്ഞു. ചിതയെരിഞ്ഞ പുക മാനത്ത് വരച്ച ചിത്രങ്ങൾ നിള തന്റെ ഓളപ്പരപ്പിലിട്ട് താലോലിക്കുന്നത് ഒരുവൾ സശ്രദ്ധം നോക്കിയിരിക്കുന്നുണ്ടായിരുന്നു. അവ്യക്തമായ ആ രൂപത്തിന് നിഴലില്ലായിരുന്നു.

മടവൂർപ്പാറയുടെ മരക്കൂട്ടങ്ങളിൽ നിന്നൊരു ശീതമന്ദമാരുതൻ നിളയെ തലോടി കടന്നുപോയി. ആ കാറ്റിനന്നേരം ഒരു പാരിജാതത്തിന്റെ പരിമളമായിരുന്നു. കാറ്റിലവളുടെ മുടിയിഴകൾ അനുസരണക്കേട് കാണിച്ചു. അവളുടെ കൈയിലെ കുപ്പിവളകളത്രയും അക്ഷമരായിരുന്നു. കാലിലെ വെള്ളിക്കൊലുസിന്റെ മണികിലുക്കമാകട്ടെ ആ ശീതക്കാറ്റിനൊപ്പം കരതേടി പോയി. ഏറെ വൈകാതെ, ചിത അന്ത്യശ്വാസം വലിച്ചു. ഇപ്പോൾ പുകയുന്നില്ല. കാറ്റ് വീശുന്നില്ല. മഴക്കാറില്ല. ആകാശത്തിൽ രണ്ട് നക്ഷത്രങ്ങൾ കണ്ണു ചിമ്മി കളിക്കുന്നുണ്ടായിരുന്നു. നിളയിലപ്പോഴും നിലാവ് പെയ്തുകൊണ്ടിരുന്നു. കാലങ്ങളായി തുടർന്നുകൊണ്ടിരിക്കുന്ന നിളായാനത്തിൽ ഇനിയുമെത്രയെത്ര നേർക്കാഴ്ചകൾ ബാക്കി... നിള ഒഴുകിയകലുകയാണ്...! ഒരു പിൻവിളിക്കും കാതോർക്കാതെ മുന്നോട്ട്... മുന്നോട്ട്...!

നിളയിൽ നിലാവ് പെയ്യുമ്പോൾ

നിളയിപ്പോൾ നിശ്ചലമാണ്. അറബിക്കടലെത്ര പിടിച്ചു വലിച്ചിട്ടും തിരിച്ചുപോകാൻ കൂട്ടാക്കാതെ ആ പുഴ ഒറ്റക്കാലിൽ നിന്നു. വാശിയല്ല... അതിന് കഴിഞ്ഞില്ലെന്ന് മാത്രം. ഇതെന്തേ ഇപ്പോൾ ഇങ്ങനെ?

ചിതയിലെ കനലാറിയിട്ടില്ല. ചുട്ടുപഴുത്ത മണൽത്തരികൾക്ക് സ്വത്വം നഷ്ടപ്പെട്ടിരിക്കുന്നു. പഞ്ചാര മണൽത്തരികൾക്ക് ഉപ്പുകയ്ക്കുന്നപോലെ. ഇരുട്ടിന്റെ മറവിൽ ആരോ നടന്നടുക്കുന്നു. മുഖം വ്യക്തമല്ല. എരിഞ്ഞടങ്ങിയ ചിതയെയും മറികടന്ന് മുന്നോട്ട് നടന്ന് ആ രൂപം പുഴയരികിൽ വന്നുനിന്നു. അതൊരു പുരുഷ രൂപമാണ്. അയാൾ പുഴയിലേക്ക് ഇറങ്ങിനിന്നു. കാൽ നനഞ്ഞു. വീണ്ടും നടന്നു. അരയോളം വെള്ളം. അയാൾ നടത്തം നിർത്തി വെള്ളത്തിലേക്ക് ഇറങ്ങിയിരുന്നു. അയാൾക്ക് മുകളിൽ ഓളം തല്ലിയ വെള്ളം പഴയപോലെയായപ്പോൾ വീണ്ടും ഒരു ചന്ദ്രബിംബം തെളിഞ്ഞു. നിലാവിന് വിളറിയ മഞ്ഞനിറം. അമ്പിളിമാമനെയും എന്തോ സങ്കടം കടന്നു പിടിച്ചിരിക്കുന്നു.

അയാളപ്പോഴും പൊങ്ങി വന്നില്ല. ഒരു ദീർഘനിശ്വാസം പോലെ ഒടുവിൽ അയാൾ പുറത്തേക്ക് വന്നു. ശ്വാസമെടുക്കാൻ കഴിയാനാകാതെ വിഷമിച്ച അയാൾ വേഗത്തിൽ കരയിലേക്ക് നടന്നു. കാലിടറുന്നുണ്ട്. ശ്വാസം ദ്രുതഗതിയിലായി. ശ്വാസകോശം നിറഞ്ഞു കവിയും വിധം അയാൾ ഓരോ തവണയും ഉച്ഛ്വസിച്ചു. നിശ്വാസ വായുവിൽ കുറ്റബോധം കലർന്നിരുന്നു.

വേണ്ടെന്നുവെച്ച പ്രാണൻ തിരിച്ചുകിട്ടിയപോലെ അയാൾ കിതച്ചു. അല്ല, ഓരോ ശ്വാസത്തിലും അയാൾ കരഞ്ഞുകൊണ്ടിരുന്നു. തീരെ തളർന്ന കാലുകളാൽ അയാൾ പുകഞ്ഞു കൊണ്ടിരുന്ന ചാമ്പലിനരികിൽ മുട്ടുകുത്തിയിരുന്നു. ഇത്രയധികം വികാരാധീനനായി ഒരാൾ എന്തിനീ രാത്രി കറുക്കുംവരെ കാത്തിരിക്കണം? ആണായി പിറന്നാൽ ഒന്ന് പൊട്ടിക്കരയാൻ ഇന്നും സ്വാതന്ത്ര്യമുള്ളത് മരണവീട്ടിൽ മാത്രമാണ്. എന്നിട്ടും ഈ മനുഷ്യനെന്തേ ഇത്രയധികം സങ്കടം ഉള്ളിൽ ഒളിപ്പിക്കുന്നത്? സ്നേഹമല്ല. അത് പശ്ചാത്താപമാണ്. കുറ്റസമ്മതം. ജീവിച്ചിരിക്കുമ്പോൾ

മുഖത്തുനോക്കി 'മാപ്പ്' എന്ന് പറയാൻ കഴിയാതെ പോയത്. എങ്കിലും എന്തിനാകും?

അയാൾ എന്തോ പറയുന്നുണ്ട്, ഒരു ഭ്രാന്തന്റെ ജല്പനം പോലെ ചിലത്,

"തെറ്റുപറ്റി... തിരുത്താൻ കഴിഞ്ഞില്ല... പൊറുക്കണേടാ..."

അയാളുടെ നിലവിളി ഉച്ചസ്ഥായിയിലായി. പക്ഷേ, ആ നിലവിളി മറ്റാരും കേൾക്കരുതെന്ന് ആർക്കൊക്കെയോ നിർബന്ധമുള്ളതുപോലെ. ആ കര വിട്ട് പുറത്ത് പോകാനാകാതെ അയാളുടെ നിലവിളി ശബ്ദം കുഴങ്ങി. പുറത്തുവന്ന ശബ്ദശകലങ്ങൾ വഴിയറിയാതെ കുഴങ്ങിയെങ്കിൽ അതിലും മോശമായിരുന്നു ശ്വാസം കിട്ടാതെ അയാളുടെ തൊണ്ടക്കുഴിയിലുടക്കിയ വാക്കുകളുടെ അവസ്ഥ. ഹൃദയം തകരുന്ന വേദനയോടൊപ്പം ചോരമണക്കുന്ന കുറ്റസമ്മതങ്ങൾക്കും ആ പുഴക്കര സാക്ഷ്യം വഹിച്ചു.

"കേൾക്കുന്നുണ്ടോ നീ... ഉണ്ടെന്നെനിക്കറിയാം. നമ്മൾ തമ്മിലുള്ള കണക്ക് തീർക്കാതെ നിനക്കെങ്ങനെ പോകാനാകുമല്ലേ?"

"നീചനാണ് ഞാൻ. ആരും ചെയ്യാൻ പാടില്ലാത്ത കണ്ണില്ലാത്ത ക്രൂരതയാണ് ഞാൻ നിന്നോട് ചെയ്തത്. ദൈവമേ, നീയെന്തിനാണെന്നെ പടച്ചു വിട്ടത്?"

"ഇനിയുള്ള ഓരോ നിമിഷവും ഞാനീ ചിതപോലെ നീറി പുകയും. തിരുത്താൻ കഴിയാത്ത തെറ്റിന്റെ തീരാത്ത നോവാകും... നീ..."

ഇതൊരു ശിക്ഷയാണോ അതോ വിധിയാണോ എന്ന് അനുമാനിക്കാനാകുന്നില്ല. ചില ഏറ്റുപറച്ചിലുകളിൽ ശുദ്ധിപ്പെടുന്ന മനസ്സ്, ചിലർക്കെങ്കിലും രണ്ടാം ജന്മമാണ്. അവ്യക്തമായ ആ പുലമ്പലുകൾ അകന്നകന്നുപോയി. ഒപ്പം ആ രൂപവും. നനഞ്ഞ ശരീരത്തിൽ ക്ലാവ് പിടിച്ച ഓർമ്മകൾ പോലെ മണൽത്തരികൾ. ഒരിക്കൽ ആരും കേൾക്കാതെപോയ ഒരു കരച്ചിൽ, ഈ പുഴയെയും തീരത്തെയും അപ്പാടെ ധർമ്മസങ്കടത്തിലാക്കിയിട്ടുണ്ട്. കേൾക്കാൻ ഒരു കാത് തേടിയലയുമ്പോൾ ആ കരച്ചിലും മനസ്സുകൊണ്ട് ശപിച്ചുകാണും ഇനിയൊരിക്കലും ഒരു മടങ്ങിവരവുണ്ടാകരുതെന്ന്. നല്ലതൊന്നും നടന്നില്ല. അന്ന് ആ അമാവാസിരാത്രിക്ക് കറുപ്പ് കൂട്ടിയ ഇരുട്ടും വീശാൻ മടിച്ച കാറ്റും നിസ്സഹായരെപോലെ മുഖം തിരിച്ച മണൽ തരികളും ഇപ്പോഴും ഓരോ രാത്രികളിലും കുറ്റബോധത്തിൽ നീറിപ്പുകയാറുണ്ട് ഈ തീരത്ത്.

അയാൾ വേച്ച് നടന്ന മണൽപരപ്പിൽ കാൽപ്പാടുകൾ അയാളെ അനുഗമിച്ചിരുന്നു. ഒടുവിൽ പുഴക്കരയുടെ അവസാനത്തിൽ നിന്ന് റോട്ടുവക്കിലേക്ക് കടക്കും മുമ്പ് അയാൾ ഒന്നുകൂടെ തിരിഞ്ഞു നോക്കി. നിലാവയാൾക്ക് നിഴൽ നൽകിയില്ല. പുഴക്കരയിലെ ചുടുകാറ്റ് അയാളെ

മാത്രം തൊടാതെ അറച്ചുനിന്നു. അത്രയും നേരം നിശ്ചലമായിരുന്ന പുഴയപ്പോൾ ഒരാൾ പൊക്കത്തിൽ ഒരലയുതിർത്തു. പുഴ തന്നോട് തിരിച്ചുപോകാൻ ആക്രോശിക്കുന്നതുപോലെ അയാൾക്ക് തോന്നിയിരിക്കും. അയാൾ തിരിഞ്ഞു നടന്നു.

ആകാശത്ത് ആയിരം നക്ഷത്രങ്ങൾ. അല്ല, ഇപ്പോൾ ആയിരത്തൊന്ന്. അടുത്ത ഊഴം ചിതയൊരുക്കിയ മുത്തശ്ശൻമാവിന്റേതായിരുന്നു. എത്ര എരിഞ്ഞിട്ടും കൊതി തീരാത്തപോലെ മരമുട്ടികൾ. കനലുകൾ ചുവന്നു തുടുത്തു. എന്തെന്നില്ലാത്ത പ്രകാശം. ചുവപ്പ്! ഇത് സാധാരണ ജ്വാലയല്ല, മറ്റെന്തോ ഒന്ന്. തീ ജ്വാലകൾക്ക് വിഷാദ ഭാവം. ഉപ്പുകയ്ക്കാത്ത കണ്ണീരുപോലെ തീ ജ്വാലകൾ. എങ്കിലും എന്തിനാണിപ്പോൾ ഈ പശ്ചാത്താപം? ഇരുട്ടിൽ കനൽ ഇമ ചിമ്മിയെരിഞ്ഞു. ഒന്ന് ചെവിയോർത്ത് നോക്കിക്കേ, അവയെന്തോ പുലമ്പുന്നില്ലേ... ഉണ്ട്...

“ഉണ്ണിയായിരുന്നപ്പോൾ കല്ലേറിഞ്ഞവശനായ നിനക്ക് കാറ്റിന്റെ കൂട്ടില്ലാതെ ഒത്തിരി മാമ്പഴം തന്നിട്ടുണ്ട് ഞാൻ. സന്തോഷം കൊണ്ട് നീ ചിരിച്ചപ്പോഴും നാവുകൊണ്ട് മാമ്പഴച്ചാറ് നക്കികുടിച്ച് മതിവരാതെ വീണ്ടും വീണ്ടും നിന്റെ കുഞ്ഞുകൈകളാലെന്നെ പിടിച്ചു കുലുക്കിയപ്പോഴുമൊക്കെ ഒരു ഉണ്ണി അച്ഛനെ ആലിംഗനം ചെയ്യുന്നപോലെയേ എനിക്ക് തോന്നീട്ടുള്ളൂ. പിന്നീട് എപ്പോഴാണ് ആ ഹൃദയ വിശാലത എനിക്ക് നഷ്ടമായത്? ജീവിതത്തിൽ എല്ലാം നഷ്ടപ്പെട്ടു നിന്ന നിനക്ക് സാന്ത്വനമാകേണ്ടിയിരുന്ന ഞാൻ.. തീരത്ത് വാക്കുകൾ ഇടറി വീണു. പിന്നെ നിശ്ചലമായി.

ചെകുത്താനും കടലിനുമിടയിലെന്നപോലെ നിള! സാക്ഷി വിസ്താരങ്ങൾ ഉണ്ടായില്ല. മൂകസാക്ഷികളാണ് പകരം. നീതിയും ന്യായവും ആരും തർക്കിച്ചില്ല. ഇര മാത്രം ഒറ്റയ്ക്കായി എന്നത്തെയുംപോലെ. മനസ്സിന്റെ കോടതി മുറി മാത്രം ആ കേസ് വിചാരണയ്ക്കെടുത്തു. എങ്ങും എത്താത്ത നീണ്ട വാദപ്രതിവാദങ്ങൾ എന്നും ജീവിതം ദുസഹമാക്കിയിരുന്നു എന്നതൊഴിച്ചാൽ ആരും ഒന്നും അറിഞ്ഞതുമില്ല. പക്ഷേ, ഇപ്പോൾ ആർക്കൊക്കെയോ എന്തൊക്കെയോ അറിയാം. അവരുടേതായ രീതിയിൽ പ്രതികരിച്ചുകൊണ്ടിരിക്കുന്ന ഇവരെ എല്ലാവരെയുംപോലെ ഞാനും ‘പ്രകൃതി’ എന്നാണ് വിളിക്കാറ്. എല്ലാം അറിഞ്ഞാലും ഒന്നും അറിഞ്ഞില്ലെന്ന് നടിക്കുന്ന, ഇതുവരെയും ഒന്നും സംഭവിച്ചിട്ടില്ലെന്ന് സ്വയം ആശ്വസിക്കാൻ പറയുന്ന നിങ്ങളെ ഞാൻ ‘മനുഷ്യൻ’ എന്ന് വിളിക്കും. ദൈവം ചിലപ്പോൾ മനുഷ്യനാകാറുണ്ടെന്ന് കേട്ടിട്ടുണ്ട്. ഞാനാകട്ടെ മനുഷ്യനെയും കണ്ടില്ല... ദൈവത്തെയും!

അസമയങ്ങളെക്കുറിച്ച് വ്യാകുലപ്പെട്ടിരുന്നവർക്കൊക്കെ ഇപ്പൊ ഒരു അസാധാരണ ധൈര്യം കൈവന്നപോലെ. ഇരുട്ടിന്റെ മറവിൽ നിലാവിന്റെ കൈപിടിച്ച് അവളങ്ങനെ നടന്നടുത്തു. നിലച്ച ഹൃദയത്തിൽ വീണ്ടും മിടിപ്പിന്റെ തുടിപ്പുകൾപോലെ കനലുകൾ കണ്ണു ചിമ്മി.

പഞ്ചാര മണലിൽ പിറകോട്ട് കൈകുത്തി അവൾ നിളയെ നോക്കിയിരുന്നു. കനലോളം പോന്നൊരു ദേഷ്യം കണ്ണിൽ ചുവന്നുപൂത്തു. ഏറെ വൈകാതെ, രണ്ടിറ്റു ചുടുകണ്ണീർ ആ മണൽത്തരികളിൽ പതിച്ചു. മേലാസകലം ചുട്ടുപൊള്ളുന്നുവെന്ന മട്ടിൽ ഒരു ഞണ്ട് മണലിനടിയിൽനിന്നും ഇറങ്ങി വന്നു. അതുവരെ നടന്നതത്രയും അയാളും കേട്ടിരിക്കണം. പുഴയെ ഒന്നു നോക്കി. പിന്നെ എരിഞ്ഞു തീർന്ന കനലിനരികെ എന്തോ ഓർത്തെടുക്കുന്നപോലെ നിന്നു. വീണ്ടും നടന്ന് അവൾക്കരികിൽ ഓരം ചേർന്നിരുന്നു. അവൾ ഒരു ഡയറി പുറത്തെടുത്തു. ഉറക്കെ വായിക്കൂ എന്ന മട്ടിൽ ഞണ്ട് അവളെ നോക്കി. അവൾ പേജുകൾ ഓരോന്നായി മറിച്ചു. ഒടുവിൽ ആ ഒരൊറ്റ പേജിൽ, സ്തബ്ധയായിരുന്നു.

ഏപ്രിൽ 10, 2010

അമ്മ പോയി... കൂടെ മറ്റെല്ലാവരും... ചടങ്ങെല്ലാം കഴിഞ്ഞു. മുറിയിൽ ഒറ്റയ്ക്കാണ്. ഇടയ്ക്കെപ്പോഴോ കണ്ണാടിയിൽ നോക്കിയപ്പോൾ എനിക്കെന്നെ കാണാൻ കഴിഞ്ഞില്ല.

തീർത്തും അപരിചിതനായ ഒരാളെ പോലെ തോന്നി. അകാരണമായ ഒരു പേടിയെന്നെ വലിഞ്ഞ് മുറുക്കുന്നുണ്ട്. ഇന്നെന്തോ അന്തിക്ക് പതിവില്ലാതെ കറന്റ് പോയിരുന്നു. അപ്പോഴാണ് ഞാനും ആ കാര്യം മനസ്സിലാക്കിയത്, ഇരുട്ടിനെ എനിക്ക് ഭയമാണ്. മുമ്പും അങ്ങനെ തന്നെയായിരുന്നോ? അല്ലെന്ന് വേണം, അനുമാനിക്കാൻ.

പിൻകഴുത്തിൽ അടിമ വ്യാപാരി പച്ച കുത്തിയ അടയാളംപോലെ ഒരു മുറിവ് ചുട്ടു നീറുന്നു. മെഴുകുതിരിയുടെ ഇത്തിരിവെട്ടത്തിൽ ഞാൻ തിരിഞ്ഞുനോക്കി.

ഇല്ല. നിഴൽപോലും കൂട്ടിനില്ല. കോടാനുകോടി ജനങ്ങൾക്കിടയിൽ, ഒരാൾ നിഴൽ നഷ്ടപ്പെട്ട് അനാഥമാകാൻ മാത്രം ഈ ലോകം അത്ര മാത്രം സ്വാർത്ഥമാണോ? അതൊരു ദുഃസ്വപ്നമായിരുന്നുവെങ്കിൽ എന്നാശിച്ചു പോകുന്നുണ്ട് ഞാനിപ്പോൾ. പക്ഷേ, പച്ച മുറിവിന്റെ നീറ്റലുകളും നഖക്ഷതങ്ങളും യാഥാർത്ഥ്യമെന്താണെന്ന് ഓർമ്മപ്പെടുത്തികൊണ്ടേയിരിക്കുന്നു.

സ്വപ്നത്തിൽ ഒരു വലിയ സർപ്പം എന്നെ നോക്കി ഇഴഞ്ഞു വരുന്നപോലെ. പേടിയൊന്നും തോന്നാതെ ഞാൻ നമ്മടെ പുളിമാവിന്റെ ചുവട്ടിലങ്ങനെ ഇരുന്നു. എനിക്കൊന്ന് കരയണമായിരുന്നു. പേടിക്കാൻ എനിക്ക് കഴിയില്ലായിരുന്നു. അല്ല, മറന്ന് പോയിരുന്നു. ആക്രമിക്കാനാണെന്ന് ഒട്ടും കരുതീല്ല. കാവിലെ പാമ്പാണെന്ന് കരുതിയ എനിക്ക് തെറ്റി. അതൊരു പെരുമ്പാമ്പായിരുന്നു. എന്നെ വിഴുങ്ങാൻ തന്നെ വന്നതായിരുന്നു. കൂടെ തന്നെ നിന്ന്, തക്കം പാർത്തിരുന്ന്, എന്നെ അളന്ന് തിട്ടപ്പെടുത്തികൊണ്ടേയിരുന്നു ആ കൗശലക്കാരനായ കാളിയൻ. വിശപ്പല്ല,

പകയായിരുന്നു അതിനെന്നോടെന്നെനിക്ക് പിന്നീട് മനസ്സിലായി. കാരണ മറിയാത്തൊരു പക. ആദ്യം ദേഹം മൊത്തം വരിഞ്ഞു മുറുക്കിയപ്പോൾ, മരണത്തിൽ അഭയം കണ്ടെത്താമെന്ന് ആശ്വസിച്ചു ഞാൻ. അത് നട ന്നില്ല. ദേഹം മുഴുവൻ തേറ്റകൊണ്ട് കോറി മുറിക്കുന്ന ക്രൂരനായ പാമ്പിനെ ഞാൻ കണ്ടു. ഒരു തരിപോലും വിഷം തീണ്ടാതെ അതെന്നെ കൊന്നുകൊണ്ടിരുന്നു.

പാലാഴി കടഞ്ഞു വരുന്ന വഴിയായിരുന്നിരിക്കണം, ആ മഹാമേരു വിന് മദ്യത്തിന്റെ ദുഷിച്ച ഗന്ധമുണ്ടായിരുന്നു. ഓക്കാനിക്കും മുന്നേ എന്റെ ഓർമ്മകൾ അസ്തമിച്ചിരുന്നു. എത്ര നേരത്തേക്കായിരുന്നു വെന്നറിഞ്ഞുകൂടാ... കണ്ണു തുറന്നപ്പോൾ, ഇരുട്ടിന് കറുപ്പ് കൂടുതലായി തോന്നി. അമാവാസി രാത്രിയാണെന്നോർത്തു. ശ്വാസം കിട്ടാതെ പിട ഞ്ഞപ്പോൾ, പതുക്കെ കഴുത്തിലെ പിടിയഴച്ചത് എന്തിന് വേണ്ടിയായിരു ന്നിരിക്കും? ശ്വാസം സ്ഥായിയിലാകുമ്പോൾ ഉറക്കെ അലറി വിളിക്കാ നാണ് തോന്നിയത്. അതിന് ശ്രമിക്കേണ്ടന്നും മരണവീട്ടിലെ ആൾക്കൂട്ടം തന്നെ മറന്നതുപോലെ ഈ ദിവസവും രാത്രിയും എന്നെന്നേക്കുമായി താനും മറന്നേക്കണമെന്ന് ഒടുവിൽ സർപ്പമേലങ്കി ഊരിക്കളയുന്നതി നിടെ ആ സർപ്പം ഓർമ്മിപ്പിച്ചു. ശേഷം അതേ ആൾക്കൂട്ടത്തിലേക്ക് ഇഴഞ്ഞുപോയി. ഒന്നും നടന്നിട്ടില്ല. ഉടുപ്പൊന്നു മാറ്റിയാൽ എനിക്കും മാറാൻ കഴിയണം, മറക്കാൻ കഴിയണം, സർപ്പങ്ങളെപോലെ...

ആദ്യമായി ആ മാവിനോടെനിക്ക് വെറുപ്പ് തോന്നി. അഭയമാകുമെന്ന് കരുതി, ആശ്വാസമാകുമെന്ന് കരുതി... തിരിഞ്ഞു നോക്കാതെ തിരിച്ചു നടക്കുമ്പോൾ ഒരു കാറ്റ് വീശിയിരുന്നെങ്കിലെന്ന് തോന്നി.

ഒരു ദീർഘനിശ്വാസം. അനുവാദമില്ലാതെ അടർന്നുവീണ കുറച്ചേറെ കണ്ണുനീർ. നിസ്സഹായത കടിച്ചമർത്തിയ അമർഷം കൈക്കുള്ളിലൊതു ങ്ങിയ മണൽതരികളോടായിരുന്നു.

ഏറെ വൈകിപ്പോയിരിക്കുന്നു. ഇനിയൊന്നും ചെയ്യാനില്ല. ചിന്താ ഭാരം തളർത്തിയ മുഖത്തിൽ ചുണ്ടുകൾ മാത്രം വിറയാർന്നു നിന്നു. ഉണങ്ങാത്ത കണ്ണുനീരിൽ കർമ്മബന്ധങ്ങളുടെ ഉപ്പ് കയ്ച്ചു. ഉള്ളിലൂ റിയ വെറുപ്പിന്റെ ശകലങ്ങൾ മനംപുരട്ടലായി ഒടുവിൽ തികട്ടി വന്നു. കൈയ്യിലിരുന്ന ഡയറി നിലത്തു വെച്ച് അവൾ പുഴയിലോട്ടിറങ്ങി. ആലോലം മുങ്ങി നിവർന്നു. വീണ്ടും വീണ്ടും മുങ്ങി നിവർന്നു. ഒടുവിൽ ഉള്ളിലെന്തോ ഉറപ്പിച്ചപോലെ ഒരു കൈക്കുടന്ന ജലമെടുത്ത് മുകളിലേ ക്കുയർത്തി... ജലാഞ്ജലി... മനസ്സിൽ മരണം വരിച്ച ആർക്കോ വേണ്ടി, നിളയുടെ മാറിൽ പരേതന് ജലാഞ്ജലി. എല്ലാം കാണുന്ന നിള... എല്ലാം അറിയുന്ന നിള...

തിരിച്ചുകയറുമ്പോൾ പാതി തുറന്ന ഡയറിയുടെ താളുകളിൽ നിന്ന് അസ്വസ്ഥനായി ഇറങ്ങി പോകുന്ന ഞണ്ടിനെ കണ്ടു. കനലാറിത്തുടങ്ങിയ

ചിതയുടെ നേരെ നടന്നടുക്കുന്ന ഞണ്ടിന്റെ കാലടികൾക്ക് എന്തെന്നില്ലാത്ത ഭാരം. അവയപ്പോൾ മണലിനെ രണ്ടായി പിളർക്കുന്ന പോലെ തോന്നി.

അങ്ങനെ ജീവൻ തുടിക്കുന്ന ഒരുപിടി കനലുകളിൽ അവൾ ആ ഡയറി എന്നെന്നേക്കുമായി ഉപേക്ഷിച്ചു. ശേഷം തിരിഞ്ഞു നോക്കാതെ നടന്നു. ഓർമ്മകൾ പുകഞ്ഞു തുടങ്ങി. വഴി തെറ്റി വന്ന ഒരു കാർമേഘം ചന്ദ്രനെ മറച്ചു. നിലാവ് അപ്രത്യക്ഷമായി. നിളാനദി ഇരുട്ടിൽ വിതുമ്പി. ഒടുവിൽ പുഴവെള്ളത്തിനും ഉപ്പു കയ്ച്ചിരിക്കുന്നു. ഇരുട്ടിലും വഴി തെറ്റാതെ അവൾ നടന്നു. അപ്രതീക്ഷിതമായി ഒരു ചുവന്ന വെളിച്ചം പിറകിൽ നിന്നു വഴി കാട്ടുന്ന പോലെ. അവ്യക്തമായ ഒരു പിൻവിളി അവൾക്കുമാത്രം അനുഭവപ്പെട്ടു. അവസാനമായി അവളൊന്നുകൂടെ തിരിഞ്ഞ് നോക്കി. തീനാളത്തിന് മൃദുഭാവം. യാത്ര പറയാനാകാതെ അപ്പോഴും ആ ഞണ്ട് അരികിൽ തന്നെ നിൽപ്പുണ്ടായിരുന്നു. ചില ബന്ധങ്ങൾ അങ്ങനെയാണ്, വീണ്ടെടുക്കാൻ കഴിയാത്ത വിധം നഷ്ടപ്പെടുമ്പോഴും വിട്ടുകൊടുക്കാതെ വിധിയോട് പോരാടി കൊണ്ടിരിക്കും. അദൃശ്യമായ മറ്റെന്തോ ഒന്നിനാൽ പരസ്പരം ബന്ധപ്പെട്ട് കിടക്കുന്നവർ. ആ ഒരാൾ, ഒരുപക്ഷേ മനുഷ്യൻ തന്നെയാകണമെന്നില്ല 'മനുഷ്യത്വമുള്ള' മറ്റാരെങ്കിലും...!

നിളയിലപ്പോഴും നിലാവ് പെയ്തുകൊണ്ടിരുന്നു. കാലങ്ങളായി തുടർന്നുകൊണ്ടിരിക്കുന്ന നിളായാനത്തിൽ ഇനിയുമെത്രയെത്ര നേർക്കാഴ്ചകൾ ബാക്കി. നിള ഒഴുകിയകലുകയാണ്. ഒരു പിൻവിളിക്കും കാതോർക്കാതെ മുന്നോട്ട്... ഭൂതകാലത്തിൽ അപൂർണ്ണമായ പലതിനെയും ഹൃദയത്തിൽ ചുമക്കുന്നവർക്ക് സ്വയമൊന്നു പെയ്തൊഴിയാൻ നിളാതീരത്തേക്കാൾ മികച്ചതായി മറ്റെന്താണുള്ളത്? വരൂ, നിള കാത്തിരിക്കുകയാണ്. മറ്റൊരു നിലാപെയ്ത്തിൽ ഈ തീരത്ത് ഇനി നമുക്ക് ഒരുമിച്ച് നനയാം.

പ്രണയമാണിപ്പോഴും...!
കാലംതെറ്റി പൂത്ത അശോകപുഷ്പങ്ങളോടും
തിടുക്കം കാണിച്ച യമദേവനോടും
പിന്നെ, പറയാനനുവദിക്കാതെ
എന്നെ നിശ്ശബ്ദമായി പ്രണയിച്ചവളോടും
അവളുടെ കൈകളിലെ കുപ്പിവളകളോടും...!

■